ఈ మహాసభల సమయంలో చర్చాగోష్ఠులు, ప్రదర్శనలు, ప్రచురణలు మొదలైన కార్యక్రమాలు జరుగుతాయి. దేశ విదేశాలలోని తెలుగువారి సంస్కృతి, తెలుగు భాషా సాహిత్యాల కళల అభివృద్ధి, వైజ్ఞానిక సాంకేతిక ప్రగతి మొదలైన విషయాలపై చర్చాగోష్ఠులు జరుగుతవి. తెలుగువారి సాంస్కృతిక వైభవాన్ని వివిధ కోణాలనుంచి ప్రస్ఫుటం చేసే ఒక ప్రదర్శన ఏర్పాటు అవుతున్నది. తెలుగువారి సమగ్ర స్వరూపాన్ని సందర్శించడానికి వీలైన సంగ్రహాలయాన్ని (మ్యూజియంను) స్థాపించడానికి ఈ ప్రదర్శన బీజ భూతమవుతుంది. తెలుగువారి సంస్కృతిని నిరూపించే సాంస్కృతిక కార్యక్రమాలు వారం రోజుల పాటు సాగుతవి. తెలుగు ప్రజల సంస్కృతి సంప్రదాయాలను విశదం చేసే ప్రత్యేక సంచికలు తెలుగు, ఇంగ్లీషు, హిందీ, ఉర్దు భాషలలో విడుదల అవుతాయి. ఈ కార్యక్రమాలలో భాగమే ఈ గ్రంథ ప్రచురణ.

తెలుగు ప్రజలు భాష, సాహిత్యం, చరిత్ర, సంస్కృతి, కళలు మొదలైన వివిధ రంగాలలో సాధించిన ఘనవిజయాలను విశదం చేసే గ్రంథాలు అనేకం ఈ మహాసభల సమయంలో విడుదల అవుతాయి. ఈ గ్రంథాలను రచించి, సకాలంలో మాకు అందించిన రచయితలందరకూ నా కృతజ్ఞతలు. ఈ గ్రంథాలను ప్రచురించే భారం వహించడానికి ముందుకువచ్చిన అకాడమీ అధినేతలను అభినందిస్తున్నాను. తెలుగువారి విశిష్టతలను విశదంచేసే ఈ గ్రంథాలు సహృదయులందరి ఆదరణ పొందగలవని విశ్వసిస్తున్నాను. అయితే, ఇంత మాత్రం చేతనే ప్రపంచ తెలుగు మహాసభల ఆశయాలు సఫలం కాగలవని నేను అనుకోవడంలేదు చేయవలసినది ఇంకా ఎంతో ఉంది. ఈ మహాసభల సందర్భంగా నెలకొల్పబడనున్న 'అంతర్జాతీయ తెలుగు విజ్ఞాన సంస్థ' మహాసభల ఆశయ సాధనకు పూనుకొనడమే కాక జాతీయ, అంతర్జాతీయ సాంస్కృతిక సంబంధాలను దృఢతరం చేయగలదని నమ్ముతున్నాను.

జలగం వెంగళరావు
అధ్యక్షులు
ప్రపంచ తెలుగు మహాసభలు

పరిచయము

సహస్రాబ్దాలుగా ప్రవర్ధమానమగుచున్న తెలుగు సంస్కృతిని తెలుగుదేశపు నలుచెరగుల పరిచితము చేయు సంకల్పముతో 1975 వ సంవత్సరమును తెలుగు సాంస్కృతిక సంవత్సరముగ ఆంధ్రప్రదేశ్ ప్రభుత్వము ప్రకటించినది. అందుకు అనుగుణమైన కార్యక్రమాలను నిర్వహింపజేయుటయేగాక, ప్రపంచములోని వివిధ దేశాలలో నివసించుచున్న తెలుగువారి సాంస్కృతిక ప్రతినిధులందరును ఒకచోట సమావేశమగు వసతిని కల్పించుటకై 1975, ఏప్రిల్ 12 (తెలుగు ఉగాది) మొదలుగ ప్రపంచ తెలుగు మహాసభ హైదరాబాదున జరుగు నటుల ప్రభుత్వము నిర్ణయించినది అందుకు ఒక ఆహ్వానసంఘము ఏర్పాటయినది ఆంధ్రప్రదేశ్ ప్రభుత్వ ముఖ్యమంత్రి మాన్యశ్రీ జలగం వెంగళరావుగారు ఆ సంఘమునకు అధ్యక్షులు, విద్యాశాఖామంత్రి మాన్యశ్రీ మండలి వెంకటకృష్ణారావుగారు దాని కార్యనిర్వాహకాధ్యక్షులు, ఆర్థికమంత్రి మాన్యశ్రీ పిడతల రంగారెడ్డిగారు ఆర్థిక, సంస్థా కార్యక్రమాల సమన్వయసంఘాల అధ్యక్షులు.

ఆ సంఘము, ప్రపంచ తెలుగు మహాసభల సందర్భమున వచ్చువారికి తెలుగుజాతి సాంస్కృతిక వైభవమును తెలియజేయుటకు అనువుగ ఆంధ్ర భాషా, సాహిత్య, కళా, చరిత్రాదికములను గురించి ఉత్తమములు, ప్రామాణికములునగు కొన్ని లఘు గ్రంథములను ప్రకటించవలెనని సంకల్పించి, ఆ కార్యనిర్వాహణకై 44 మంది సభ్యులుకల ఒక విద్వత్‌సంఘమును, శ్రీ నూకల నరోత్తమరెడ్డిగారి అధ్యక్షతన నియమించినది ఆ విద్వత్‌సంఘము ఆ లఘు గ్రంథముల వస్తువుల నిర్దేశించి వాని రచనకై ఆయారంగములందు పేరుగనిన ప్రముఖులను రచయితలుగ యెన్నుకొనినది. ఈ విధముగ సిద్ధమైన గ్రంథములలో భాషా, సాహిత్య. చారిత్రక విషయములకు సంబంధించిన వానిని ప్రకటించు బాధ్యతను ఆంధ్రప్రదేశ్ సాహిత్య అకాడమీ వహింప

వలసినదిగ ప్రపంచ తెలుగుమహాసభా కార్యనిర్వాహకాధ్య
మండలి వెంకటకృష్ణారావుగారు అకాడమీని కోరిరి. మ
కొరకై కృషిచేయు సంకల్పముతో ఈ బాధ్యతమ
అకాడమీ సంతోషముతో అంగీకరించినది.

ఆ విధముగ ప్రకటింపబడిన గ్రంథశ్రేణిలో
యుగము అను గ్రంథమును రచించిన ఆచార్య ఖండవ
గారు ఆంధ్ర పాఠకలోకమునకు సుపరిచితులు. వారికి
బద్ధులము. గ్రంథమును నిర్దుష్టముగ, చక్కగ ముద్రించి
వారికి మా కృతజ్ఞత.

దేవులపల్లి రా

హైదరాబాదు
31-3-1975

కార్య
ఆంధ్రప్రదేశ్ సాహి

కాకతీయ యుగము

కాకతీయ యుగము

ఆంధ్రదేశ చరిత్రలో కాకతీయ వంశము వారికి ప్రముఖస్థానం కలదు అందుచేత వారి యశోగానం చెయ్యడం మనవిధి. వీరి ప్రాముఖ్యం ఎటువంటిది అని మున్ముందు ప్రశ్న వేసుకుందాము.

1 యుగప్రాముఖ్యము : ఈ వంశమువారు తెలుగు దేశాన్ని రమారమి మున్నూటి ఇరువదియైదు సంవత్సరాలు ప్రజారంజకంగా పరిపాలించారు. అనగా క్రీ శ. 1000 నుండి క్రీ శ. 1323 సంవత్సరం వరకు.

2 వీరు సాతవాహనులకన్న తూర్పు చాళుక్యులకన్న మనకు మిక్కిలి సన్నిహితులు. శాతవాహనులు క్రీ పూ 225 నుండి క్రీ. శ. 225 వరకు తెలుగు దేశంతోపాటు దక్షిణాపథంలో విస్తారమైన భాగం పరిపాలించినట్లు తెలుస్తూంది. సాతవాహన చక్రవర్తులు మనకు చాలా దూరకాలంలో ఉండడంచేత వీరిని గురించి ప్రజలకు తెలిసినది చాలా తక్కువ తూర్పు చాళుక్యులు క్రీ. శ. 625 నుండి 1075 వరకూ వేంగిదేశాన్ని పాలించారు వీరు ప్రధానంగా సముద్ర తీరప్రాంతాన్ని ఏలినవారు. అయితే ఆంధ్రభారత మహాకవియైన నన్నయభట్టు మూలంగాను ఆయనను ప్రేరేపించిన రాజరాజ నరేంద్రుడు అను మహారాజు మూలంగాను వీరు ఆంధ్రదేశం మూల మూల గ్రామాల్లో కూడా కొంత పరిచితులైనారు.

3 సాతవాహన కులంవారు తాము ఆంధ్రులమని ప్రత్యేకంగా ప్రకటించుకో లేదు వారు తమ వంశనామాన్నే పేర్కొంటూ వచ్చారు పురాణాలు మాత్రం వీరిని ఆంధ్రవంశీయులని వ్యవహరించాయి ఇందుమూలంగా వీరు ఆంధ్రులే అని మనకు ధ్రువపడుతూంది. తూర్పు చాళుక్యుల కాలంలో ఈ దేశానికి వేంగిదేశమనే ప్రసిద్ధి సన్నయభట్టు ఆ విధంగానే వ్యవహరించాడు. ఆంధ్రశబ్దంలేదని కాదు. మూల భారతంలో లేకపోయినా ఆంధ్రమహాభారతంలో తెలుగుదేశ ప్రసక్తిని తీసుకువచ్చి (దక్షిణగంగనా) తన మాతృదేశ భక్తిని ప్రదర్శించాడు నన్నపార్యుడు అయినా దానిని వేగీదేశము అని వర్ణించాడు

మనము కాకతీయుల కాలానికి వచ్చేసరికి ఆంధ్రదేశ భావన బాగుగా ఏర్పడి స్థిరపడినట్లు కనబడుతుంది ఈ కాలమువాడైన తిక్కన సోమయాజి 'ఆంధ్రావళి మోదముబొరయ' అని తన మహాభారత పీఠికలో వ్రాశాడు కాకతీయులకు ఆంధ్రదేశాధీశులు అను ప్రశస్తి ఏర్పడినట్లు కనబడుతుంది ప్రతాపరుద్ర చక్రవర్తిని గురించి 'ఆంధ్రోర్వీశు మోసాలపై' అని క్రీడాభిరామంలో వర్ణించారు దీనికి కారణం లేకపోలేదు కాకతీయులు ఆరంభంలో తెలంగాణము నందు తలయెత్తినా క్రమంగా వీరు అఖిలాంధ్ర దేశాన్ని జయించడంచేత ఆంధ్రాధీశ వ్యవహారం వీరికి రూఢమయింది సాతవాహనులు కూడా సమస్తాంధ్రదేశం పరిపాలించినవారే కాని వీరు మనకు పెక్కు శతాబ్దాలు దూరమవడంచేత విస్మృత ప్రాయులు అయారు తూర్పు చాళుక్యుల అధికారం సమగ్రాంధ్రముపై చెల్లలేదు. వీరికాలములో పశ్చిమాంధ్రము వాతాపి చాళుక్యులు, రాష్ట్రకూటులు, కల్యాణి చాళుక్యుల అధీనంలో ఉండిపోతూ వచ్చింది ఈ కారణంచేత సాతవాహనుల తరువాత సమగ్రాంధ్రమును పరిపాలించిన రాజకుటుంబములలో కాకతీయుల్నే ముందు చెప్పాలి

4. కాకతీయ యుగపు అవశేషాలు చారిత్రకులకు చాలా లభించాయి ఈ వంశము వారికి, వారి సామంతులకూ చెందిన శిలా తామ్రశాసనాలు ఇప్పటికీ తెలంగాణంలో చాలా దొరుకుతున్నాయి కాకతీయ రాజన్యులునూ వారి సామంతులున్నూ నిర్మించిన గొప్పదేవాలయాలు – అనుమకొండ, పాలంపేట, పిల్లలమర్రి మున్నగు స్థలాల్లో ఇప్పటికీ శిథిలావస్థలోనైనా నిల్చి ఉన్నాయి వీరి శిల్ప నిర్మాణాలు శత్రువుల విధ్వంసక హస్తాల పాలబడికూడా అపూర్వకళా వైభవాన్ని చాటుతున్నాయి ఈ వంశంవారూ, వారి సామంతులూ పెక్కు ప్రజోపయోగమైన పనులు చేశారు అందులో ముఖ్యంగా చెప్పవలసినవి వీరు త్రవ్వించిన చెరువులు పెద్దపెద్ద తటాకములు వీటి మూలంగా తెలంగాణానికి కాసారములనాడు అని ప్రసిద్ధి వచ్చిందని చెప్పుతున్నారు పాకాల చెరువు, లక్నవరం చెరువు, ధర్మసాగరంవంటి బ్రహ్మాండమైన జలాశయములు కాకతీయుల కాలంనుండి నేటివరకూ, మనుష్యులకు పశుపక్ష్యాదులకూ వ్యవసాయానికీ, త్రాగడానికి నీటిని అందిస్తూ వారి కీర్తిని అజరామరం చేస్తున్నాయి ఈ వంశమువారు ఇచ్చిన అగ్రహారాలు, భూవసతులూ యథాతథంగా లేకపోయినా శాసనముల ఆధారంగా విస్తారంగా తెలియవస్తున్నాయి

5 కాకతీయుల చరిత్ర రచనకు పునాదికాగల వాఙ్మయంకూడ విస్తారంగా లభిస్తూంది అందులో సంస్కృత గ్రంథాలు - విద్యానాథుని ప్రతాపరుద్ర యశోభూషణమువంటివి ఉన్నాయి మార్కండేయ పురాణమువంటి తెలుగు గ్రంథాలు ఉన్నాయి. శివయోగసారము, క్రీడాభిరామమువంటి సన్నిహితకాలపు గ్రంథాలు లభిస్తున్నాయి కొన్ని అద్భుత వృత్తాంతములతో కూడి ఉన్నప్పటికీ చరిత్ర రచనకు ముడిసరుకుకాగల వృత్తాంతాల్ని అందించే రచనలు-ఏకామ్రనాథుని ప్రతాప చరిత్ర, కాసెసర్వప్పసిద్ధేశ్వర చరిత్ర వంటి కథానకములు దొరుకు తున్నాయి. విదేశ యాత్రికులు కొందరు-మార్కోపోలో, ఇబన్‌బటూటావంటి వారు కాకతీయ యుగంలో ఆంధ్రదేశ సందర్శనం చేసి తాము చూచినవి, కన్నవీ, విన్నవీ కొన్ని విషయాలు వ్రాసిపెట్టారు. ఈ యుగరాజకీయ సాంఘిక చరిత్ర పునర్నిర్మాణంలో ఇవి మనకు ఉపకరిస్తాయి కాకతీయ సామంతుల్లో నెల్లూరి చోడులు ప్రసిద్ధులు కవిబ్రహ్మ తిక్కన సోమయాజి వీరి ఆస్థానంలోనే ఉండే వాడు. ఈయన రచించిన నిర్వచనోత్తర రామాయణము వలన కాకతీయ సామంతుల పరిజ్ఞానం మనకు కలుగుతూంది వీరేకాకుండా ముసల్మాను చరిత్ర కారులను కూడా మనం స్మరించాలి కానైతే వీరు ప్రజారంజకమైన కాకతీయ సామ్రాజ్యాన్ని కూకటి వేళ్ళతో కూలద్రోసిన ఆయానుల్తానుల ప్రాపకం పొందిన వారవడంచేత తమ ఏలికల దృక్పథాన్నే ప్రదర్శిస్తూ విరుద్ధార్ధములనే ఎక్కువగా వర్ణిస్తూ ఉంటారు. ముస్లిం చరిత్రకారులలో పేర్కొనదగిన వారు ఈ సామీ, బర్నీ, ఖుస్రూ, ఫెరిస్తా మొదలైన వారు

6. కాకతీయుల్లో ప్రసిద్ధులైన భూపతులు ఇప్పటికీ జనుల మనస్సుల్లో మెలుగు తున్నారు. గణపతిదేవుడు, రుద్రమాంబ, ప్రతాపరుద్రుడు ప్రజానీకానికి ప్రీతి పాత్రులుగా ఉన్నారు కాకతీయులనాటి తెలుగుభాష అంతకు ముందటియుగాల్లో భాషకన్న విశదమై, ప్రసన్నమై మనకు దగ్గరగా భాసిస్తుంది కొంత సులభముగా అర్థమవుతుంది సాతవాహనులకాలంలో తెలుగుభాష అస్తిత్వమే దృశ్యాదృశ్యంగా ఉండేది. రేనాటి చోళులకాలంలో మొదటిమాటు తెలుగులో చిన్న చిన్న శాసనాలు బయలుదేరాయి కాని వాటిల్లోభాష దుర్గ్రాహ్యంగా ఉంటుంది తూర్పుచాళుక్యుల ప్రారంభదశలో వెలువడిన శాసనాలుకూడా ప్రాకృతభాషా సంసర్గం విస్తారంగా కలిగి సులభంగా అర్థముకావు కాకతీయులకాలంవచ్చేసరికి తెలుగుభాష కొంత

స్వతంత్రస్థితినిపొంది వాక్యరచన సుగమంగా ఉంటుంది. ఈ యుగంలో గద్య పద్య రచన సామాన్యమై సరళంగా సాగుతూంది.

ఈ కారణాలచేత కాకతీయయుగచరిత్ర మనకు ఆసక్తిదాయకం అవుతుంది.

వంశనామము - వంశోత్పత్తి

కాకతీయుల వంశనామము కాకిత కాకెత, కాకర్త్య, కాకతిరూపాల్లో కనబడుతుంది ఈ వంశనామము వీరికెట్లు కలిగింది అనే ప్రశ్న ఉత్పన్నమవుతూంది. తెలుగువారిలో సాధారణంగా ఇంటిపేర్లు గ్రామనామములనుబట్టి ఏర్పడుతూంటాయి వారువారు ఆరాధించిన దైవతములనుబట్టికూడా ఇంటిపేరువంటి ఉపపదాలు ఏర్పడవచ్చును. కాకతి అనే ఊరుపేరునుబట్టి కాని, కాకతి అనే దేవతనుబట్టికాని కాకతీయులకు ఆ పేరు వచ్చియుండవచ్చును. ఇందులో దైవత పరమయిన వ్యుత్పత్తిని పండితులు చెప్పారు విద్యానాథుడువ్రాసిన ప్రతాపరుద్ర యశోభూషణమనే అలంకారశాస్త్ర గ్రంథానికి వ్యాఖ్యానంచేసిన కుమారస్వామి సోమపీథి, కాకతి అను కుల దైవతాన్ని ఆరాధించడంచేత వారు కాకతీయులు అయినట్లు వివరించాడు. క్రీడాభిరామం అనే గ్రంథం బయలుదేరేకాలానికే 'కాకతమ్మ' అనే దైవతం ఉన్నట్లు తోస్తుంది. 'కాకతమ్మకు సైదోడు ఏకవీర' అని ఇందులో వర్ణించారు అనుమకొండ దుర్గంలోని కొండమీది పద్మాక్షిదేవియే కాకతమ్మయో లేక ఈ దేవతకు ఓరుగల్లులో వేరే ఆలయం ఉండేదో తెలియదు రాజమహేంద్రవరరెడ్డి రాజ్యమును పరిపాలించిన వీరభద్రారెడ్డి భార్య అనితల్లి వేయించిన కలువచేరు శాసనంలో కాకతీయులు గుమ్మడి తీగకు పుట్టినట్లు ఒక అద్భుత వృత్తాంతంచెప్పబడింది. దీనికిమూలం సిద్దేశ్వర చరిత్రలో కనబడుతూంది ఈ వంశపు మూలపురుషుడైన మాధవవర్మయొక్క కుమారుడు పద్మసేనుడనురాజు సంతానములేకపోవుటచే అనుమకొండ పద్మాక్షిని కూష్మాండముల్తో పూజించాడట కూష్మాండమవగా గుమ్మడికాయ ఆ దేవి యనుగ్రహంచేత పద్మసేనుడికి కొడుకు పుట్టాడు. ఈ వృత్తాంతమే కలువచేరు శాసనంలో గుమ్మడి తీగ కథగా పరిణమించింది. మొత్తంమీద కాకతి అనే దేవత నుండి ఈ వంశనామం కల్పించడం అనంతర వృత్తాంతంగాతోస్తుంది కాకిత లేక కాకతి గ్రామ సంబంధంచేతనే వీరు కాకతీయులు అయివుండడం ఎక్కువ విశ్వసనీయంగా ఉంది. ఈ వంశీయుడైన త్రిభువనమల్ల బేతరాజు అనబడే రెండవ బేతరాజు

క్రీ. శ 1075-1111 కాజీపేట శాసనంలో తన తాతయైన బేతరాజునుగూర్చి ఇట్లా వ్రాయించాడు "సామంతవిష్టివశః (వంశ్యఃకావచ్చును) శ్రీమాన్ కాకతి పురాధినాథోబేతః". తాతయైన ఈ బేతరాజు మొదటి బేతరాజు. ఇతడే కాకతి వంశానికి మూలపురుషుడని చారిత్రకులు భావిస్తున్నారు ఇతడు సామంతవిష్టి వంశంవాడనీ, కాకతిపురాధినాధుడనీ చెప్పబడడం గమనించదగింది. అనుమకొండకు గాని ఓరుగల్లుకుగాని కాకతిపురం అనే పేరు ప్రచురంగాలేదు. అందుచేత ఈ కాకతి పురం అనేది ఏదో ఒక గ్రామం అని భావించడమే ఉచితం. చోళవంశంవారు తామెక్కడఉన్నా, ఎంత చిన్న కుటుంబమయినా ఒరయూరు పురవరాధీశ్వర అని వ్రాయించుకొంటూ ఉంటారు రేచెర్లపద్మ నాయకులు ఆమనగంటి పురవరాధీశ్వర అని వ్రాయించుకొనేవారు. కాకతివురంకూడా అటువంటిదే అనుకోవాలి. కాకతి, కాకెత అనే పేరుగల గ్రామాలు దేశంలో చాలాచోట్ల ఉన్నాయి. మన కాకతీయులది ఎక్కడి కాకతిగ్రామమో నిర్ణయించడం కష్ట సాధ్యం. అయినా కొంత ఊహ చెయ్యవచ్చు.

ఈ వంశంలో మొదటి బేతరాజుకు పూర్వమే ఇంకొకవ్యక్తి వినవస్తున్నాడు అతడు కాకర్త్యగుండ్యన అనునాతడు ఇతడు తూర్పుచాళుక్యుడు రెండవ అమ్మ రాజు (క్రీ శ 945-970) కాలానికి చెందినవాడు ఆ రాజు వేయించిన మాగల్లు శాసనంలో కనబడుతున్నాడు కాకర్త్యగుండ్యన ప్రార్థనమీద రెండవ అమ్మరాజో, ఆయన సవతిఅన్న దానార్ణవుడో ఒక బ్రాహ్మణునకు భూదానంచేసిన విషయం ఈ శాసనం చెప్పుతుంది. గుండ్యన ఇంటిపేరైన కాకర్త్యపదము కొంత సంస్కృతీ కరణం చెందినట్లుతోస్తుంది గాలి నరసయ్య అనే పండితుడు వాతూల అహోబల పతి అయినట్లు చదువుతాము అట్లాగే కాకతిగుండయ కాకర్త్యగుండ్యన అనే ప్రౌఢనామంతో కనబడినా ఆశ్చర్యంలేదు ఈతని తండ్రితాతలకు రాష్ట్రకూట బిరుదముంది ఈతని కులము సామంతఒడ్డెవంశము ఒడ్డె అనేది ఓఢ్రశబ్ద భవము కదా విశాఖపట్నంజిల్లా వడ్డాది ముఖ్యపట్నంగాకల ప్రాంతమువడ్డెనాడు, ఒడ్డెనాడు కావచ్చును వడ్డాదికి సమీపంలో కాకతి అనే గ్రామముందని చిలుకూరు వీరభద్ర రావుపంతులుగారు గుర్తించారు. ఈ అంశాలన్నీ సమన్వయంచేస్తూ కాకర్త్యగుండ్యన పూర్వులు విశాఖపట్నంజిల్లా ఒడ్డెనాడుకుచెందినవారనీ అతని తండ్రితాతలో, లేక అతడో గోదావరిదాటివచ్చి తూర్పుచాళుక్యులవద్ద ఉద్యోగులుగా కుదురుకొన్నారనీ ఇప్పటి ఆధారాలనుబట్టి చెప్పవచ్చును.

కాకతీయులు చతుర్థకులజులని సామాన్యంగా అంగీకరింపబడుతూ ఉన్నా అందులో ఏ కులముఅనేది కొందరు ఆసక్తితో చర్చిస్తూంటారు. మహాపురుషులు తమతమ కులమువారని నిరూపించడంకోసం లోకులు ఉబలాటపడడం సహజమే. కాకర్త్యగుండ్యన పూర్వులకు రాష్ట్రకూట అనే ఉపపదం ఉండేది. ఈ శబ్దముభాషా పరిణామంలో రట్టోడి, రట్టడి, రడ్డి రెడ్డి పదాలుగా పరిణామంచెందింది రాష్ట్రకూట అనగా ప్రాంతాధికారి, గ్రామాధికారి, గ్రామోద్యోగి అనే అర్థాల్లో కనబడుతుంది అందుచేత కాకతీయులు రెడ్లు అయి ఉంటారని కొందరు భావించారు. కమ్మవంశీయులని కొందరు తలచారు కాకతీయులు దుర్జయవంశీయులైనట్లు కాకతి రెండవ ప్రోలి రాజు కాలంలోనే ప్రశస్తి ఏర్పడింది తనతండ్రి బేతనరేంద్రుడు 'దుర్జయకులాబ్ధి చంద్రుడు' అని కాజీపేట శాసనంలో ఈయన ప్రకటించాడు. మహాశూరులై సామ్రాజ్యస్థాపకులగుటచేత సూర్య చంద్రవంశపు క్షత్రియులను మించినవారని విద్యానాథుడు ప్రశంసించాడు. వీరిని 'అత్యర్కేందుకుల ప్రసూతులు' అని సంభావించడం అర్థంగానే ఉంది 'శూరుల జన్మంబు సురల జన్మంబును, ఏరుల జన్మంబు నెఱుగనగునె' అనంతరకాలమున కాకతీయులు నతవాటివారితోను, కోట భూపతులతోను, తూర్పుచాళుక్య వంశీయులైన నిడుదవోలు క్షత్రియులతోను, ఇంకను విప్రవంశీయులతోనుగూడా వివాహసంబంధములుచేసిన వారవడంచేత వారి ఆభిజాత్యమును సమకాలికులు గుర్తించారనడం నిర్వివాద విషయము.

కాకర్త్య గుండ్యన

కాకర్త్యగుండ్యనని గురించి చారిత్రకులకు తెలిసినా అతనికిని కాకతి మొదటి బేతరాజుకును సంబంధమును వారు శంకించుతున్నారు ఈ సందర్భంలో మనకు ప్రతాపచరిత్ర, సిద్ధేశ్వరచరిత్రవంటి పూర్వకథనములు కొంత తోడ్పడుతున్నాయి. వీటిల్లో నిజమైనచరిత్ర, పుక్కిటి పురాణాలు కలగాపులగం చెందడంచేత వీటి ప్రామాణికత్వమును చారిత్రకులు సంశయిస్తున్నారు అయినా నిపుణతతో పరిశీలిస్తే వీటి వక్కాణాలు అన్నీ నిరాధారములని కొట్టివేయనక్కరలేదు ఈ పూర్వ వృత్తాంతాలనుబట్టి అనుమకొండ రాజవంశచరిత్ర ఇట్లా ఉంటుంది. ఆంధ్రదేశపు అత్యంత ప్రాచీన రాజవంశాల్లో ఆనందగోత్రికులు ఒకరు వీరు కందరపురాధి పతులు. పల్లవులతో జరిగిన ఒక సంగ్రామంలో ఈ వంశీయుడైన సోమదేవరాజు

మరణించాడు ఆయనరాణి సిరియాలదేవి కాందిశీకురాలై అనుమకొండకువచ్చి తలదాచుకొంది ఆమె కుమారుడు మాధవవర్మ పెరిగి పెద్దవాడై, పరాక్రమశాలియై అనుమకొండరాజ్యం ఆక్రమించుకొన్నాడు ఈతడు పద్మాక్షిదేవి అనుగ్రహం పొందాడు అతనివంశం అనుమకొండలో వెయ్యి సంవత్సరాలు వర్ధిల్లుతుందని ఆ దేవత వరం ఇచ్చింది. ఆనందగోత్రీకులు క్రీ శ 4వ శతాబ్ది ఆరంభమున కృష్ణా నదీ తీరమున పాలించినవారు ఓరుగల్లు పతనము క్రీ శ. 1323 అని అందరును ఎరిగినదే. ఆనందగోత్రీకులకును కాకతీయుల పతనమునకును నడుమ సుమారు వెయ్యి సంవత్సరాలు గడచాయి ఈ సంవాదము అద్భుతమనిపించును. మాధవవర్మ తరువాత గుర్తించుటకు వీలులేని కొందరురాజులు అనుమకొండ సింహాసనాన్ని అధిష్ఠించారు. వారిలో పెండ్లి గుండమరాజు ఒకడు ఇతడే కాకర్త్య గుండ్యనగా గుర్తింపదగియున్నాడు గుండ్యన తూర్పుచాళుక్యులకడ ఉన్నతోద్యోగంలో ఉన్నాడని మాగల్లు శాసనంవల్ల తెలుస్తూంది. అతడు అనుమకొండ ప్రాచీన రాజవంశంలో వివాహసంబంధంచేసుకొని పెండ్లిగుండమ రాజు అయ్యాడు. విజయ నగర చరిత్రలో అళియరామరాజు వృత్తాంతము ప్రసిద్ధము పల్లవవీరకూర్చవర్మ ఒక నాగకన్యకను పెండ్లియాడి పల్లవ సామ్రాజ్య నిర్మాత అయాడు అట్లే కాకర్త్యగుండ్యనకూడ పెండ్లి సంబంధముచే అనుమకొండ రాజ్యమునకు వారసుడయాడని ఊహించవచ్చును ఈతనికి కుంతలదేవి అనే సోదరి ఉన్నది. ఆమెను విరియాలవంశంలో పెండ్లిచేసి గుండ్యన తనస్థానాన్ని కొంత బలపరచుకొన్నాడు. విరియాలవారు శూరులైన వంశము. వీరి వృత్తాంతము క్రీ. శ 1000 సంవత్సరము ప్రాంతమున వెలసిన గూడూరు శాసనంలో చక్కగా వర్ణింపబడింది. విరియాల వారు దుర్జయవంశ్యులు వీరిలో వెన్న, ఎఱ్ఱ, భీమ అను ప్రసిద్ధవీరుల తరువాత మరి యొక ఎఱ్ఱ నరేంద్రుడు పరాక్రమశాలి జన్మించాడు ఈయనభార్య కామమసాని వీరవనిత. రాజనీతిజ్ఞురాలు పెండ్లి గుండమ రాజు సోదరిపేరు కుంతలదేవి అని యున్నది. ఈమెనే మనము విరియాలకామమసానిగా గుర్తించుతున్నాము. ఈ వనితల పేర్లు వేరుగదా అని ఎవరైన అనవచ్చును. నిజమే కాని తెలుగు కుటుంబము లందు ఒక సంప్రదాయము ఉంది కన్యకలకు ఒక్కొక్కప్పుడు పుట్టింట ఒకపేరు అత్తింట ఒకపేరూ చెల్లుతూంటుంది.

కుంతలదేవి-కామమసాని సమీకరణం ఈ విధంగా కుదురుతూంది. ఇద్దరూ వీరవనితలు. కార్యదక్షతకలవారు. గుండమరాజు కొడుకైన ఎఱుగదేవరాజు

బాలుడుగా ఉండడంచేత మేనత్తయైన కుంతలదేవి రాజ్యసంరక్షకురాలుగా పందొమ్మిదేండ్లు భూభారం వహించినట్లు సిద్ధేశ్వరచరిత్ర చెప్పుతూంది విరియాల రెండవ ఎఱ్ఱనరేంద్రుడు చిన్నవాడైన బేతరాజుపక్షము వహించి ఆతని శత్రువులను యుద్ధములో సంహరించాడు ఆయన భార్యయైన కామసాని తన భర్త యారంభించిన సదుద్యమాన్ని సమర్థతతో నిర్వహించింది బేతభూవిభుని కాకతి వల్లభునిచేసి, భాస్కరనిభుడైన చక్రవర్తిని సందర్శించి కాకతీయరాజ్యం నిలబెట్టింది ఇది గూడూరు శాసనకథనము ఇట్లుచేయుట-కాకతినిల్పుట కోటిసేయదే!-అని శాసనకారుడు కామసానిని ప్రశంసించాడు నిజమే అది యట్టిదే

పై రెండు ఆధారాలు సమీకరించి ఇట్లా చెప్పగలుగుతున్నాము కాకర్త్యగుండన అనుమకొండ రాజకుటుంబంతో సంబంధం చేసుకొని రాజ్యలాభం పొందాడు ఇది క్రీ శ 970 ప్రాంతము అనుకొందము అతడు తన స్థానమును స్థిరపరచుకొనే లోపలనే అస్తంగతుడయాడు అతనికుమారుడు చిన్నవాడు ఇతడే పొట్టిబేత వసుధాధిపుడు పొట్టడు, పొల్లడు, పొలడు మొదలైనవి పసితనము సూచించే పదాలు పొట్టిబేతడనగా చరిత్రకు తెలిసిన మొదటి బేతరాజు ఇతడు తండ్రి మరణసమయానికి బాలుడవడంచేత కాకతీయ రాజ్యనౌక శత్రువర్గమనే తుపానులో చిక్కుకొని భయంకరంగా ఊగిసలాడుతూంది ఈ ప్రమాదస్థితిలో కాకతీయులకు బంధువులు సామంతులు అయిన విరియాలవారు విశ్వాస పాత్రులై వీరి పక్షాన నిల్చి మునిగిపోతూన్న రాజ్యనౌకను ఉద్ధరించారు అది విధివిధానము. విరియాలవారు కూడ దురాశాపరులై రాజ్యాన్ని అపహరించే ప్రయత్నంచేసి ఉన్నట్లయితే కథ సమాప్తమయేది కాకతీయ సామ్రాజ్యము పురుటిలోనే అదృశ్యమయేది కాకతీయులు సామంతుల విషయంలో చాలా అదృష్టవంతులని చెప్పాలి ఇటువంటి సన్నివేశమే మరియొకటి కాకతి గణపతిదేవుని రాజ్యారంభ సమయంలో జరిగింది మహాదేవరాజు యాదవులతో రణాంగణమున వీరస్వర్గ మలంకరించాడు చిన్నవాడైన గణపతి దేవుడు చెర పెట్ట బడ్డాడు కాకతీయరాజ్యం చుక్కాని లేని పడవలా తయారయింది శత్రువర్గంవారు విజృంభించి తిరుగుబాట్లు లేవదీస్తున్నారు ఈ విపత్కర సమయంలో స్వామిభక్తి పరాయణుడైన రేచెర్ల రుద్రసేనాని కాకతీయ రాజ్యమును ఆదుకొని, రిపుసమూహములను చెండి, సామ్రాజ్యాన్ని నిలబెట్టి తరువాత గణపతిదేవుడికి అప్పగించాడు విరియాల రెండవ ఎఱ్ఱ నరేంద్రుడు, ధీరమతియైన ఆతని భార్య కామసాని సరిగ్గా ఇదే మహత్కార్యము రేచెర్ల రుద్రసేనానికి రెండు శతాబ్దాల పూర్వం చేశారు

విరియాల కామసాని

కాకతీయ రాజ్య ప్రారంభ కాలమున ఉండిన దేశ పరిస్థితుల్ని గమనిస్తే కుంతలదేవి కామసాని కావించిన ప్రతిభా సమన్విత కార్యములు అవగతమవుతాయి ఆది క్రీ శ 970-1000 సంవత్సరముల సంధికాలము. అనుమకొండకు పశ్చిమమున రాష్ట్రకూట సామ్రాజ్యం క్రీ. శ 973 విచ్ఛిన్నమయింది పూర్వపు చాళుక్యులే తిరిగి బలం సంపాదించుకొని తైలపుని నాయకత్వంలో రెండవ చాళుక్య సామ్రాజ్యం స్థాపించారు. వీరిని ఇప్పుడు కల్యాణి చాళుక్యులని వ్యవహరించారు వీరి ముఖ్య పట్టణం కల్యాణి నగరం అవడంచేత అనుమకొండకు తూర్పున ఉండిన ప్రాక్చాళుక్య రాజ్యంలోకూడా విప్లవం చెలరేగింది. రెండవ అమ్మరాజు సవతి యన్న అయిన దానార్ణవుడు క్రీ శ 970 లో పరిపాలన ఆరంభించాడు. ఇంతలో మూడేళ్ళలోనే అనగా క్రీ శ 973 ప్రాంతంలో జటా చోడభీముడనే తెలుగు చోడ వంశీయుడు దానార్ణవుణ్ణి యుద్ధంలో సంహరించి వేంగిరాజ్యం ఆక్రమించు కున్నాడు. ఇంకా దక్షిణంలో చోళసామ్రాజ్యం ఉంది వారిప్పుడు అంత ప్రబలులుగా లేరు ఇటువంటి సంధికాలంలో ఉపాయశాలియైన కాకర్త్య గుండ్యన ఒక చిన్నరాజ్యం స్థాపించుకొన్నాడు కాని అది బలపడే లోపులో కాలగతిని పొందాడు శైశవావస్థలో ఉన్న కాకతీయ రాజ్యానికి ప్రమాదం ఏర్పడింది ఈ ప్రమాదం బహుశా ముదిగొండ చాళుక్యులు అనబడే వారినుండి వచ్చి ఉంటుంది ఈ వంశపు రాజుల్లో కుసుమాయుధ నామధేయం తరుచు కనబడుతుంది వీరు తూర్పు చాళుక్యాలకు మిత్రులు సామంతులు అయినట్లు మొదటి చాళుక్య భీముని (క్రీ శ 892-921) కొరవి శాసనంవల్ల తెలుస్తూంది కొరవి క్షేత్రము వీరభద్రేశ్వర నిలయము. ఇది యిప్పటి వరంగలుజిల్లా మానుకోట తాలుకాలో ఉన్నది క్రొత్తగా ఏర్పడిన కాకతీయ రాజ్యము ముదిగొండ చాళుక్యుల ఆవాసమైన కొరవిసీమలోకి వ్యాపించడానికి ప్రయత్నం చేసినప్పుడు సహజంగానే వీరు దానిని ప్రబలంగా నిరోధించి ఉంటారు. విరియాల ఎఱ్ఱ భూపతి సంహరించినట్లు గూడూరు శాసనం ప్రకటిస్తూన్న ఉద్ధతవైరి బహుశా ముదిగొండ చాళుక్య నృపాలుడై ఉంటాడు ఇంతటితో కాకతీయుల సమస్య తీరలేదు. వారికి బలవంతుల అండ కావలసి వచ్చింది. ఈ సమస్యనే కామసాని పరిష్కారం చేసింది. తూర్పుచాళుక్య రాజ్యంకూడా విప్లవానికి గురి అవడంచేత ఆ దిక్కునుంచి విశ్వసనీయమైన సహాయం లభించదని ఆమె గమనించింది. వేగిరాజ్యంకన్న బలవత్తరమైన సామ్రాజ్యం అనుమకొండకు

పశ్చిమాన పరవళ్ళు త్రొక్కుతూంది ఇదియే కల్యాణి చాళుక్య సామ్రాజ్యం. అందుచేత వారి సహాయ సంపత్తి లభిస్తే కాకతీయరాజ్యం స్థిరపడుతుందని కుశాగ్ర బుద్ధియైన కామసాని గ్రహించి ఆ ప్రయత్నంచేసి కృతకృత్యురాలయింది కాకతి నిల్పడం అంటే ఇదె శైశవావస్థ యందున్న కాకతీయ రాజ్యానికి మహాబలశాలులైన మిత్రులు లభించారు అప్పటినుండి ఒక శతాబ్దముపైబడి కామసాని రాజనీతియే కాకతీయుల విదేశాంగనీతి ఐనది కుంతలదేవి అపరనామముకల కామసాని ఇంచు మించు 19 ఏండ్లు కాకతీయ రాజ్యరక్షామణిగా వ్యవహరించింది కాకర్త్య గుండ్యన కాలము 950-75 అని చిలుకూరి వీరభద్రరావు గ్రహించినారు గనుక కామసాని 19 సంవత్సరాలు రీజెంటుగా ఉన్నట్లయితే బాలుడైన కాకతి మొదటి బేతరాజు రాజ్యార్హ వయస్సు పొంది క్రీ శ 994 ప్రాంతంలో పరిపాలన ఆరంభించి ఉంటాడు ఇందులో అసంభావ్యత ఏమీలేదు ఇతడు క్రీ శ 1030 దాకా రాజరికం చేశాడని చారిత్రకులు భావిస్తున్నారు పూర్వగ్రంథాలు ఇతనిని ఎఱుక దేవరాజు అని వ్యవహరించాయి

గూడూరు శాసన విషయాలు కాకతి రెండవ బేత రాజుకాలమునకు సంబంధించినవని శేషాద్రిరమణకవులు, డాక్టరు నేలటూరు వెంకటరమణయ్య మున్నగువారు భావిస్తున్నారు ఈ సందర్భంలో వారు మాటూరు శాసన కథనాన్ని (No 64 తెలంగాణా శాసనములు) ఉటంకిస్తున్నారు గూడూరు శాసనంలో శాసన కాలంలేదు మాటూరు శాసనం శక 1041=క్రీ శ 1119 నాటిది ఈ రెండవ శాసనం ప్రకారము బేతరాజు కాలంలో ఆంధ్రరాజ్యమునకు ప్రమాదం ఏర్పడింది. కీర్తివర్మ అనే చోళవంశీయుడు ఆంధ్రరాజ్యాన్ని ఆపదనుంచి కాపాడాడు 'గతాంధ్రరాజ్యంబు నిలిపి పాడిరి 'అనిమాటూరు శాసన కథనము. త్రిభువన మల్లబేత (బేత II) కాలంలో కాకతీయరాజ్యానికి ఇట్టి విపత్కర పరిస్థితులు సంభవించాయని చెప్పడానికి ఆధారాలు లేవు అందుచేత గూడూరు శాసన కథనము కాకతి మొదటి బేతరాజు కాలమునకే అన్వయిస్తుందని నమ్ముతున్నాము

బేత I (994 – 1030)

చారిత్రకులు మొదటి బేతరాజునే కాకతీయవంశ ప్రారంభకుడుగా గుర్తిస్తున్నారు మేనత్తయైన కుంతలదేవి-కామసాని రాజ్యప్రతినిధిత్వంలో బాల్యం

గడిపి యుక్తవయస్కుడైన తర్వాత ఈతడు రాజ్యాధికారం స్వీకరించి ఉంటాడు. ఈయన వేయించిన శాసనాలేవీ బయల్పడ లేదు కాని యాతని మనుమడు రెండవ బేతరాజు ప్రకటించిన శాసనాల్లో మొదటి బేతరాజు ఘనత కొంత కొనియాడ బడింది సామంత విష్టివశుడు, కాకతిపురాధి నాథుడు అయిన బేతరాజు చోడ క్ష్మాపాల సైన్యసముద్రాన్ని మథించి వీరలక్ష్మిని పొందినాడని వర్ణితమైనది పరిమిత శక్తిగల బేతభూపతికి చోడ మహాసైన్య సముద్రాన్ని మథించే శక్తి ఎట్లా సిద్ధించింది అను ప్రశ్నకు సమాధాన మిట్లుంది ఈతడు స్వయంగా ఈ మహా కార్యం చెయ్యలేదు. మిత్రపక్షం వహించి చోళులను నిర్జించాడు ఈతని మిత్రులు పశ్చిమ చాళుక్యులు, వీరినే కల్యాణి చాళుక్యు లంటున్నారు వీరు రాష్ట్రకూటులను నిర్జించి రెండవ చాళుక్య సామ్రాజ్యం స్థాపించారని చెప్పి యున్నాము. సామ్రాజ్య స్థాపకుడైన రెండవ తైలపుడు క్రీ శ 997లో మరణించగా అతని కుమారుడు సత్యాశ్రయుడు (997-1008) సింహాసన మధిష్ఠించాడు. ఇప్పుడు చోళ సామ్రాజ్యాన్ని మహాబలశాలియైన రాజరాజ చోళుడు ఏలుతున్నాడు. చోళులకును పశ్చిమ చాళుక్యులకును ఎడతెగని వైరముండుటచే సత్యాశ్రయుడు క్రొత్తగా రాజ్యానికి వచ్చిన అదను చూసుకొని రాజరాజ చోళుడు రట్టిపాడిమీద దాడిచేసి విశేషనష్టం కలిగించాడు సత్యాశ్రయుడు క్రమంగా బలం కూడదీసుకొని చోళులను వెనుకకు తరిమివెయ్యడమే కాకుండా వారి రెండవ రాజధానియైన కాంచీపురాన్ని చాళుక్యులు ఆక్రమించారు ఈ దాడులలో కాకతి బేతరాజు చాళుక్యుల పక్షాన ఉండి వీరవిహారం చేశాడని చెప్పవచ్చును. ముఖ్యంగా కాంచీపుర విజయమునందు బేతని సేనాపతి బమ్మ (బ్రహ్మ) సేనాని గొప్పగా విజృంభించి నట్లు తెలుస్తూంది. కాకతి గణపతిదేవుని రాజ్యరక్షకుడైన రేచర్ల రుద్రసేనాని వేయించిన పాలంపేట శాసనంలో (క్రీ శ. 1213) బమ్మసేనాని ప్రశస్తి ఉగ్గడింప బడింది. ఈ విజయాన్ని పాలంపేట శాసనం ఆలంకారికంగా ఇట్లా వర్ణించింది. ''తూర్పువాదములు చెలరేగగానే యవనికాసదృశమైన కాంచీపుర కవాటాన్ని తొలిగించి బమ్మసేనాని కాకతివల్లభునకు వీరలక్ష్మి వివాహం నిర్వహించాడు'' బమ్మసేనాని పరాక్రమిం పిల్లలమఱ్ఱి శాసనంలో కూడా ప్రస్తూయమాన మయింది. దీనిని వేయించిన వాడు బమ్మసేనాని వంశీయుడైన నామసేనాని ప్రచండా హవమునందు బమ్మసేనాని కాంచీనగర కవాటహరణము కావించి చోళనరాధిపుని అభిమాన ద్రుమమును ఉన్మూలించాడు. ఈ విజయాన్ని కొందరు బేతని

కుమారుడు మొదటి ప్రోలరాజుకు ఆరోపిస్తున్నారు ఇది యొక విధంగా వాస్తవమైనా కావచ్చును. రాజరాజ చోళుడు, ఆతని కుమారుడు రాజేంద్రచోళుడు అవక్రపరాక్రములు. వారి కాలంలో పశ్చిమ చాళుక్యులకుగాని వారి సామంతులు కాకతీయులకుగాని చోళసామ్రాజ్యంమీద విరుచుకుపడే అవకాశం లభించియుండదు. ఈ సన్ని వేశము పశ్చిమచాళుక్య రెండవ జయసింహుని (1015-42) రాజ్యాంత కాలమున జరుగుట కవకాశమున్నది అది ప్రోలుని రాజ్యారంభ కాలం అవుతూంది యువకుడైన ప్రోలుడు కూడా బమ్మసేనానితోపాటు తండ్రియైన బేతరాజునకు తోడ్పడి యుండవచ్చును ఈ విధంగా నష్టప్రాయమైన ఆంధ్రరాజ్యాన్ని కామసాని నిలుపగా బేతడు దానికి బలవంతులైన మిత్రుల సహాయాన్ని సమకూర్చి తన కుమారుని దారి సులభం చేసిపెట్టాడు ఇదే కాలంలో ప్రాగాంధ్రమునందు తూర్పు చాళుక్యుడు శక్తివర్మ I, రాజరాజ చోళుని సహాయంతో, క్రీ శ 999 ప్రాంతమున వేంగికి అధిపతి అయి పరిపాలించడం మొదలుపెట్టాడు బేత, ప్రోల నరపతులు తెలుగువారే. శక్తివర్మ, విమలాదిత్యుడు, రాజరాజ నరేంద్రుడు వీరూ తెలుగువారే అయినా వీరు కలిసినట్లు కనిపించదు. వారివారి మిత్రులు వేరగుటయే దీనికి కారణము. తమతమ నెలవులు దప్పిన, తమ మిత్రులు శత్రులగుట తథ్యము సుమతీ! అని కవి చెప్పినది నిజమే అనిపిస్తుంది

మొదటి ప్రోలరాజు (1030-75)

మొదటి బేతరాజు కుమారుడైన ఈతడు తండ్రినిమించిన పరాక్రమశాలిగాను రాజనీతిజ్ఞుడుగను భాసిస్తాడు ప్రోలరాజు పశ్చిమ చాళుక్యచక్రవర్తి మొదటి సోమేశ్వరునకు (1042-68) సమకాలికుడు సోమేశ్వరునకు ఆహవమల్ల, త్రైలోక్యమల్ల బిరుదులుకలవు ప్రోలరాజు ఈ చక్రవర్తి దండయాత్రల్లో ప్రముఖపాత్ర వహించి ఆతనిని సంతోషపెట్టి వానిచే అనుమకొండ విషయాన్ని శాశ్వతపట్టాగా పొందినాడు. పశ్చిమచాళుక్యులదయాధర్మ భిక్షముగా ప్రోలరాజు అనుమకొండ రాజ్యాన్ని సంపాదించాడని భావించడం పొరపాటు అదియాతని పరాక్రమార్జితమే. అయిననూ మహాబలవంతులైన చాళుక్యులను వినయగతిచేత సుముఖులను చేసుకోవడం మంచిదని భావించిన నయశాలి పశ్చిమ చాళుక్యులకును ఈతని అవసరముంది. చోళుల్ని పరాభూతులనుచేసే యత్నంలో కాకతీయుల తోడ్పాటువారికి

కావాలి ప్రోలరాజు విజయాలు కొన్ని ఆతని కుమారుడు రెండవ బేతరాజు కాజీపేట శాసనంలో గణింపబడినాయి. ప్రోలరాజు నిర్వక్రీకృత చక్రకూట విషయుడు. భద్రంగ విద్రావణుడు కొంకణమండలాన్ని జయించి యశస్సు దిక్కులకు వ్యాపింపజేశాడు కొడపర్తిదుగ్గ (ర్గ) రాజుకొడుకును జయించి అడవులకు పారద్రోలాడు. పురుకూటాధిపుడైన గొన్న అనువానిని యుద్ధంలో సంహరించాడు. ఇవి కొన్ని ప్రోలుని విజయాలు మొదటిబేతని సాహసకార్యాలవలెనే ప్రోలుని పరాక్రమ చర్యలనుకూడా పశ్చిమ చాళుక్యుల దండయాత్రల్లో భాగంగా అర్థంచేసుకోవాలి బిల్హణుని విక్రమాంకదేవచరిత్రలో ఆరవ విక్రమాదిత్యుడు రాజకుమారుడుగా ఉన్న కాలంలోచేసిన వీరకృత్యాలు చెప్పబడినాయి. విక్రమాదిత్యుడు చాళుక్య మొదటి సోమేశ్వరుని కుమారుడు యౌవనమునందే ఇతడు తండ్రియాజ్ఞనుపొంది చాళుక్యులకు శత్రువులైన చోళులమీద విజయయాత్ర సాగించినట్లు వర్ణింపబడింది. విక్రమాదిత్యుడు మొదలు కొంకణమండలాన్ని సాధించి, కేరళ పాండ్యమండలాల మీదుగా గంగైకొండపురాన్ని, కాంచీనగరాన్ని జయించి, వేంగిమీదుగా బస్తరు రాజ్యంలోని చక్రకూటనగరాన్ని సాధించాడు చాళుక్యుల మిత్రుడైన ప్రోలుడు కూడా విజయపరంపరలో భాగం వహించినట్లు బేతరాజు శాసనం నిరూపిస్తూంది చక్రకూటమండలంలోఉన్న భద్రంగ, పురుకూట ప్రాంతాన్నికూడా ప్రోలుడు జయించాడు దుర్గరాజు కుమారుడు పాలించిన కొడపర్తిగ్రామము వరంగల్లు జిల్లాలో ఉన్నట్లు చెప్పబడుతూంది చాళుక్యులను తన పరాక్రమం చేతనూ స్వామి భక్తి పరాయణత చేతనూ మెప్పించి ప్రోలుడు త్రైలోక్య మల్ల సోమేశ్వరుని వలన (క్రీ. శ 1042-68) అనుమకొండ విషయాన్ని శాశ్వత పద్ధతిమీద శాసన పూర్వకంగా పొందాడు ప్రోలరాజు పరాక్రమ శాలియు, యుద్ధలంపటుడు అయి రణరంగంలోనే విస్తారంగా ఉన్నా ఇతడు తన రాజ్యక్షేమాన్ని ఎమరలేదు రాజ్యమందు మంచి వ్యవస్థను చేసి ఆర్థికాభివృద్ధికి బాటలు వేశాడు ఐంచి ఏకామ్రనాథ దేవాలయము శాసనమును బట్టియు గణపతిదేవుని మోటుపల్లి శాసనాన్ని బట్టి ప్రోలరాజు జగత్కేసరి సముద్రమను పెద్ద తటాకమును నిర్మించి వ్యవసాయానికి సౌకర్యం కలిగించినట్లు తెలుస్తూంది ఈయన కుమారుడు రెండవ బేతరాజు తండ్రికి పుణ్యముగా కేసరి సముద్రానికి సెట్టి సముద్రానికి వరుణ ప్రతిష్ఠ చేసినట్లు అనుమకొండ శాసనం సూచిస్తూంది ప్రోలుడు శివారాధకుడు రామేశ్వర పండితుని శిష్యుడు. ఈ శైవాచార్యుడు లకులీశ్వర ఆగమమునందు గొప్ప ప్రవీణుడు.

ఇంతేకాక దీనానాథ జనులకు నిరతాన్నదాత అని శాసనము చెప్పతూంది ప్రోలరాజు వైజనపల్లి అనే గ్రామాన్ని శివపురము అను పేరుపెట్టి తన గురువైన రామేశ్వర పండితునికి అర్పించాడు దీనినిబట్టి ప్రారంభంనుంచి కాకతీయవంశంలో శైవము ప్రతిష్ఠితమైనదని తెలుస్తూంది

రెండవ బేతరాజు (1075-90)

తండ్రివలెనే ఈ రెండవ బేతరాజుకూడ గొప్ప పరాక్రమశాలి రాజ్యాభి వృద్ధిని కావించినవాడు. ఈతనివి రెండు మూడు, శాసనాలు లభిస్తున్నాయి కాజీ పేటదరగా యందలి మొదటి శాసనంలో ఈయన పరాక్రమంబాగా చెప్పబడింది ఇతడు పరభూపదవాగ్ని, చోళమాళవ మదేభమృగారి (చోళులుమాళవులు అనే మదపుటేనుగులకు సింహమువంటివాడు), విక్రమచక్రి, చలమర్తిగండ, దారిద్ర్య విద్రావణ అని ఈయనకు బిరుదులు అనుమకొండలొ స్వనామాంకితముగా (బేతేశ్వరుడని) దేవాలయము కట్టించాడు. శివపురము అను తీర్థాన్ని పెట్టించాడు. ఇవి ఈ శాసన విషయాలు దీనిలో కాలములేదు రెండవదికూడదరగా శాసనమే ఇది శకము 1012 అనగా క్రీ శ 1090 నాటిది. త్రిభువనమల్లదేవరరాజ్య కాలమున ఆతని పాదపద్మోపజీవియైన కాకతిబేతరసు ప్రమోద సంవత్సరకార్తి కబహుళ అమావాస్యనాటి సూర్యగ్రహణ పుణ్యకాలమున అనుమకొండ నైర్రుత భాగమున శివపురమును ప్రతిష్ఠించాడు శ్రీపర్వత (శ్రీశైలము) మల్లికార్జున శిలా మఠాధిపతియగు అళియ రామేశ్వరపండితుడను శైవాచార్యుణ్ణి యథావిధిగ సత్క-రించి పాదప్రక్షాళన, హస్తోదక పూర్వకంగా ఒక గ్రామం దానంచేశాడు ఆ గ్రామా నికి చెందిన నిధి నిక్షేపాలు, పన్నులు వగైరా సమస్త ఆదాయ సాధనములు సర్వ సమన్యంగా ఇచ్చివేశాడు శక 1001 (క్రీ శ 1079) నాటి ఈతని అనుమకొండ శాసనం ఒకటి కనబడుతూంది తానుకట్టించిన బేతేశ్వరాలయములోని ప్రోలేశ్వర దేవునికి నందాదీపానికై నిత్య పండ్రెండు మానికల నెయ్యి పోయడానికి వ్యవస్థ చేశాడు సబ్బనెరాచిశెట్టి కూడా తను యిల్లు, గానుగ ఇచ్చాడు.

చరిత్రకారులు ఈయన రాజ్యకాల విశేషాలను చెప్పడంలో పలుపోకలు పోయారు దీన్ని మేము ఇదివరలో కొంత సూచించాము కాకతీయచరిత్రలో

పరిగణింపబడుతూన్న గూడూరు శాసనాన్ని వీరు రెండవబేతరాజు
సంబంధించినదిగా నిరూపించడానికి లేనిపోని చిక్కులు తెచ్చిపెట్టారు.
జ్యానికివచ్చునప్పటికే పెద్దవాడయి పరాక్రమసంపన్నుడుగా కనబడు
ను బాలుడనీ, విరియాల ఎఱ్ఱనృపతి, కామసాని ఈతని రాజ్యాన్ని
చి కాపాడారని అసంగతముగ వ్రాశారు. అది యెట్లున్నను గూడూరు
హలు ఇప్పటివికావని చెప్పవచ్చును. క్రీ. శ. 1119నాటి మాటూరు
శిథిలమయి దుర్గ్రాహ్యంగా ఉంది. అయినప్పటికీ దానిలోని 'గతాంధ్ర
రివిపాడిరి' అనే వాక్యాన్ని బట్టి ఈ రెండవ బేతరాజు కాలంలో ఆతని
గిసలాడే పరిస్థితులుకొన్ని ఏర్పడినట్లే తోస్తుంది. దారిద్ర్యవైరియను
ాకతిరాజు అనుటచే ఇది రెండవబేతనికి సంబంధించినకథనమే అని
బేతనికి ఏర్పడిన సమస్య యెట్టిది? ఆతని మిత్రులును సామ్రాజ్యాధి
గు పశ్చిమ చాళుక్యులవలన కలిగినది. ఎట్లన చాళుక్య మొదటి సోమేశ్వ
క ఆతని పెద్ద కుమారుడు రెండవ సోమేశ్వరుడు (క్రీ. శ. 1068-76)
ధిష్ఠించాడు ఇదియాతని తమ్ముడును మహాపరాక్రమశాలి, రాజ్య
ను అయిన విక్రమాదిత్యునకు గిట్టలేదు. వారసత్వమునకై అన్న
యంకరముగా పోరాడారు రెండవ సోమేశ్వరుడికి కులోత్తుంగచోడుని
భించినట్లుంది. ఏమైనను తుది విజయం విక్రమాదిత్యునికి సిద్ధించింది.
ంశ్వరుడు కారాగారబద్ధుడైనాడు. విక్రమాదిత్యుడు ఆరవ విక్రమాదిత్యు
శ. 1076-1126 నడుమ ఏబది సంవత్సరాలు నిరాఘాటంగా
ం నెరపాడు.

మన్నదమ్ముల వివాదంలో రెండవ బేతరాజు మొదటమొదట రాజ్యార్హ
వ సోమేశ్వరుని పక్షంవహించి ఉంటాడు. అది న్యాయంగానే ఉంది.
కలిసిరాలేదు సోమేశ్వరుడి పక్షంవహించినందుకు విక్రమాదిత్యుడు
హాని బేతనిరాజ్యానికి ప్రమాదం తలపెట్టి ఉంటాడు. సైన్యచర్యలు
ా తెలియదు

డ మనం ఇటీవల బయలుపడిన రెండవ బేతని బానాజిపేట శాసన
గణించవచ్చును (ఎపి-ఆంధ్రి Vol I Page 112) బానాజిపేటగ్రామం
ల్లా నరసంపేట తాలూకాలో ఉంది శాసనకాలం శక 1004 (క్రీ. శ.
శాసనంలో మాధవవర్మ వంశీయుడున్నూ, ఉగ్రవాది విషయాధిపు

తున్నా, అయిన మహామండలేశ్వర మేడరాజు కట్టించిన వీరకమల జినాలయానికి కాకతిబేతరసు (బేత II) భూదానాదులు చేసినట్లు చెప్పనయింది. ఇది కాకతిబేతడు మేడరాజుకు సామంతుడనే భావంసూచిస్తూందని వ్రాశారు మేడరాజు త్రిభువనమల్ల విక్రమాదిత్యునికి సామంతుడు ఆలోచిస్తే-తనయన్న రెండవ సోమేశ్వరునికి వారసత్వపు యుద్ధంలో తోడ్పడినందుకు కోపించి త్రిభువనమల్లుడు కాకతి బేతనిపై మేడరాజును ప్రయోగించి ఉంటాడు. ఈమేడనికి పెద్ద సైన్యం ఉన్నట్లు అతిశయోక్తులతో వర్ణింపబడింది ఉపాయశాలియైనబేతడు వేతసవృత్తిని అవలంబించి మేడరాజు కట్టించిన జినాలయానికి దానాలు ప్రకటించి వానిని సంతోషపెట్టి ఉంటాడు. ఈ దానాలు తాను ప్రత్యక్షంగాచేయక అనుమకొండ నకరము వారిచేత చేయించి ఉంటాడు ఈ శాసనంలోని 'నకరముదత్తి' అనే మాటలు దీన్ని సూచిస్తున్నాయి. నకరము అంటే వర్తక సంఘము. ఈ ప్రమాద సమయంలో వేమచోళకులనాయకుడు రేవడు మున్నగు వారు బేతరాజుకు అండయై నిలిచారు బేతడు ఉప్పని ఊదినంతమాత్రాన కొట్టుకు పోయే దుర్బలుడునుకాడు. సమయానుకూలంగా అతడు విక్రమాదిత్యుడి పక్షానికిమారి ఆతని సంగ్రామాల్లో తోడ్పడి ఉంటాడు చోళమాళవమదే భమ్మగారి-అనే బిరుదు ఈయంశాన్నే సమర్థిస్తూంది బేతని పరాక్రమం, స్వామి భక్తి విక్రమాదిత్యుని సందేహాలను తీర్చి ఉంటాయి దీనికి తోడు బేతరాజు సైన్యాధిపతి అయిన వైజనదండనాథుడు స్వామి కార్యతత్పరుడై విక్రమాదిత్యుని కిని తన యేలికకును సమాధానం కుదర్చగలిగాడు బేతరసు విక్రమాదిత్యుని సందర్శించాడని ఆతడు దయాపరుడై సబ్బిసాయిరమండలంపై ఆధిపత్యం బేతనికి ప్రసాదించాడని ఒక శాసనం చెబుతూంది (ఎపి-ఇండి IX 256) అప్పటి నుంచీ రెండవ బేతరాజు తన శాసనాల్లో త్రిభువన మల్లుని పాదపద్మోప జీవి అని ప్రస్ఫుటంగా వ్రాయించుకున్నాడు బేతనికి త్రిభువనమల్ల బేతడనే ప్రసిద్ధి. త్రిభువనమల్ల అనేది చాళుక్య ఆరవ విక్రమాదిత్యుని బిరుదు. సబ్బిసాయిరమండలం అంటే అనుమకొండ కొరవి మండలాలని కొందరు వ్రాశారు. ఇవి బేతనికి ఇది వరకే ఉన్నాయి వీటిని త్రిభువనమల్లుడు కొత్తగా ప్రసాదించ నక్కరలేదు. సబ్బిసాయిరమండల మనగా ఇప్పటి కరీంనగర మండలమనే చెప్పాలి అనగా బేతరాజు కాలంలో కాకతీయాధికారం కొద్దిగా ప్రకంపించినా, ఆ రాజు పరాక్రమం చేతనూ, మంత్రివరేణ్యుల రాజనీతిజ్ఞతచేతనూ కుదురుపడి సబ్బిసాయిరమండలం

లోనికి కూడా వ్యాపించిందన్నమాట కాకతీయ వంశంవారి బిరుదావళి ఈయన కాలంలో మొట్టమొదట కనబడుతూంది. 'సమధిగత పంచమహాశబ్ద, మహామండ లేశ్వర, అనుమకొండ పురవరాధీశ్వర, పరమమాహేశ్వర, పతిహితచరిత, వినయ విభూషణ' ఇత్యాదిగా ఉంటుంది వీరి ప్రశస్తి మొదటి ప్రోలరాజు కాలంనుంచీ వీరు శివారాధకులుగా కన్పిస్తూన్నారు శివాలయాలు కట్టించడము శైవాచార్యులను సంభావించడం వీరి విశిష్టత రాజులు, సామంతులూ, తమ తమ పేర శివాలయ ప్రతిష్ఠలు చేయడం ఆచారమయింది. ప్రోలేశ్వరము, బేతేశ్వరము వంటివి ఇట్టివే. రెండవ బేతరాజుకు దారిద్ర్య విద్రావణ అనే విశేషణం వెయ్యడం గమనించ దగినది ఈయన కవిపండిత దీనజన పోషకుడై యుండవచ్చును ఈయన కాలంలో ఉండిన కవిపుంగవు లెవరో తెలియరాదు కాని ఈ రాజు శివపుర ప్రతిష్ఠ చేసిన విషయాన్ని వ్రాసిన శాసనకవి ఒడికొండ దేవన భట్ట మహాకవియట ఈ శాసన భాగం సులభ సంస్కృత శ్లోకాల్లో చెప్పబడింది

క్రీ శ 1090 తరువాత రెండవ బేతరాజు శాసనాలు కన్పించనందున ఆతడు కీర్తిశేషుడయినట్లు భావిస్తున్నారు తరువాత ఈతని కుమారుడు దుగ్గ (ర్గ) నృపతి రాజ్యానికి వచ్చినట్లు కాజీపేట దరగా శాసనంలోని రెండవ భాగం సూచిస్తూంది ఇతనికికూడా త్రిభువనమల్ల బిరుదమున్నది కాని ఈతని పరిపాలనా విశేషములేవీ తెలియరావు. ఈ శాసన భాగం కన్నడ భాషలో ఉంది. ఈతడు బహుధాన్య సంవత్సర ఉత్తరాయణ సంక్రాంతినాడు తన వంశ ప్రతిష్ఠకై శాసన స్తంభం వేయించినట్లు కలదు ఇది క్రీ శ 1098 ప్రాంతమవుతుంది. ఈ సంద ర్భంలోనే కాబోలు అనుమకొండ పురపు నకరంవారు అనగా వర్తక సంఘంవారు దుగ్గ నృపతి తండ్రి నెలకొల్పిన ఉమా - బేతేశ్వరాలయంలో నందాదీపం కోసమై నిత్యమానెడు నూని పోయించే వ్యవస్థ చేశారు దుగ్గరాజు పరిపాలన ఎప్పుడు ఎట్లు అవసానమయిందో తెలియదు

రెండవ ప్రోలరాజు (క్రీ శ. 1117–50)

పూర్వ కాకతీయుల్లో రెండవ ప్రోలరాజు మహారణ దుర్దముడు. ఈయన కుమారుడు రుద్రదేవరాజు వేయించిన అనుమకొండ వేయిస్తంభాలగుడి శాసనంలో ప్రోలరాజు 'నిశ్శంక ప్రధన ప్రబంధన మహాహంకార లంకేశ్వరుడు' అనగా

మహాయుద్ధములందు రావణునివంటి నిశ్శంక సాహసము కలవాడు అని స్తుతింప బడినాడు ఈ మహారాజు తనకాలంలో ఎన్నోయుద్ధాలు చేసి చేసి చివరకు లంకేశ్వరుని మల్లేనే రణనిహతుడై వీరస్వర్గం అలంకరించాడు. ఇంతటి సంగ్రామ పండితుడైనా ఈయన క్రూరుడుగా కనిపించడు ఎందరో శత్రువుల్ని పట్టుకొని వారిని ప్రాణాల్తో విడిచిపెట్టినాడు. ఎవరో ఒకర్ని అవమానించి యుండవచ్చును ఈయన యుద్ధ విజయాల పట్టిక సుదీర్ఘంగా ఉంది రుద్రదేవుడి సహస్ర స్తంభ మంటప శాసనంలో ఈ క్రింది విజయాలు చెప్పబడ్డాయి

1. అశ్వారోహణ కర్మయందు నిపుణుడున్నూ, నిత్యరణలోలుడున్నూ, చాళుక్య చూడామణియు అయిన తైలపుని యుద్ధంలో పట్టుకొని ప్రోలరాజు వానిమీది భక్తిచేతనూ అనురాగంచేతనూ విడివి పుచ్చాడు

2 గండ్ర గొడ్డలి ఆయుధ ప్రయోగంలో మహాచతురుడైన గోవిందరాజు అను వాడిని బంధించి విడిచిపెట్టాడు

3 ఉదయ క్షితిపతి దేశాన్ని కొల్లగొట్టి రాజ్యం లీలగా ఆతనికే ఇచ్చి వేశాడు

4 మంత్ర కూటాధిపుడును నిస్త్రపుడును అయిన గుండరాజును జోడించి అవమానించి తరిమివేశాడు ప్రోలరాజువలన భయంచేత వాడు గొఱ్ఱెపిల్లవలె పారిపోయాడు.

5. దేవతలవంటి పరాక్రమముకల జగద్దేవుడను సేనాపతి, పెక్కు మాండలికుల్ని కూర్చుకొని అనుమకొండ నగరాన్ని ముట్టడించాడు. కాని ప్రోలుని ముందట వాని ఆటలు సాగక స్తంభితుడై ముట్టడిలేవి నిష్క్రమించాడు.

ఇవికాక మరిరెండు విజయాలు ఇతర ఆధారాలనుబట్టి తెలియవస్తున్నాయి గోకర్ణుడను వానిని ఓడించి పారద్రోలి వాడి రాజ్యాన్ని వానికొడుకుకే ఇచ్చి వేశాడు మేడరాజు అనేవాణ్ణి ఓడించి వానిరాజ్యమైన పొలవాసదేశాన్ని జయించి గంగరాజు అనే వానికి ఏలుకోడానికి విడిచిపెట్టాడు ఇవి ప్రోలుని శౌర్యసప్తస్వరాలు ఈయన కడసారి దండయాత్ర, ఆతని మరణానికి కారణమైనది వెలనాటిమీద జరిగింది. అది ముమ్ముందు వివరిస్తాము. ప్రోలుని ప్రత్యర్థుల్లో

మొదటివాడు చాళుక్యతైలపుడు పశ్చిమ చాళుక్యవిజయుడు ఈ తైలపు డెవరు అనే ప్రశ్నవస్తూంది త్రిభువనమల్ల బిరుదాంచితుడైన ఆరవ విక్రమాదిత్యుని కుమారుడనీ, కందూరునాడులో (మహబూబునగరు జిల్లా ప్రాంతము) యువరాజుగా ఉండేవాడని కొందరు అభిప్రాయపడ్డారు త్రిభువనమల్లుడు బ్రతికి ఉండగా ఆ చక్రవర్తి కుమారుణ్ణి సామంతుడైన ప్రోలరాజు జయించడమూ విడిచిపెట్టడమూ అసంభావ్యంగా కనబడుతుంది ఈ తైలపుడు విక్రమాదిత్యుని మనుమడని చెప్పాలి విక్రమాదిత్యుని కొడుకు మూడవసోమేశ్వరుడు. వాని రెండవ కుమారుడు ఈ తైలపుడు. మూడవ తైలపుడు అని వ్యవహరింపబడే ఇతడు చాళుక్యసామ్రాజ్యాన్ని క్రీ శ 1151-80 సంవత్సరాల నడుమ పరిపాలించాడు ఇతని కాలంలోనే ఆ సామ్రాజ్యం విచ్ఛిన్నమయిపోయింది. ప్రోలరాజు వీనిని జయించినది చక్రవర్తిత్వ కాలంలో కాకపోవచ్చును అప్పటికి ప్రోలుడు దివంగతుడయాడు. అందుచేత ఈ మూడవ తైలపుడు తనయన్న రెండవ జగదేకమల్లుని క్రింద యువరాజుగా ఉండిన కాలంలో ప్రోలరాజుతో తలపడి ఓడిపోయి ఉంటాడు ఇప్పటికి వృద్ధవీరుడైన ప్రోలుడు యువకుడైన వీనిని చాళుక్యుల యందుండే రాజభక్తి చేతనూ అనురాగం చేతనూ విడిచిపెట్టి ఉంటాడు. అది ప్రశంసనీయంగా ఉంది అసలు ఈ యుద్ధం ఎందుకు పొసిగిందో చెప్పడానికి నిశ్చితమైన ఆధారాలు లేవు గాని రాజకీయమైన హేతువు ఊహించవచ్చును కాకతీయు లిప్పుడు వట్టి సామంతులు కారు ప్రోలుని రణపాండిత్యంచేత వారి రాజ్యం విస్తరించింది దృఢపడింది. వారిప్పుడు కందూరు నాటిలో తమ పతాకాన్ని ఎగురవెయ్యడానికి యత్నిస్తున్నారు ఈ ప్రాంతాన్ని పశ్చిమ చాళుక్యులకు లోబడి తెలుగు చోళులు పాలించుకుంటున్నారు కాకతీయులు ఈ ప్రాంతంలో వ్యాపించడం పశ్చిమ చాళుక్యులకు సమ్మతము కాదు వారిని నిరోధించడానికి కందూరు నాటిలో రాజప్రతినిధిగా ఉండిన తైలపుడు ఉత్తర కుమారునివలె ప్రయత్నించి విఫలుడైనాడనీ, ప్రోలరాజు హుందాతనంతో వ్యవహరించాడనీ అన్వయించవచ్చును

రెండవ ప్రోలరాజు జయించిన గోవిందరాజు పశ్చిమ చాళుక్య దండనాయకుడైన గోవిందరాజని నిర్ణయింపబడినది ఇతడు అనంతపాల దండనాథుని మేనల్లుడు ఆరవ విక్రమాదిత్యుని మహా సేనాపతులైన వీరు వేగిదేశమును కూడ జయించి పాలించిరి అందులో గోవిందుడు కొండపల్లి సీమకు 1123-27 ప్రాంతమున ప్రతినిధిగా ఉండెను. ఇది అనుమకొండ సీమకు సమీపంలో ఉండడంచేత వారికిని

వీరికిని వైరములు ఏర్పడుటకు వీలుకలదు. కాని ప్రోలరాజు పశ్చిమ చాళుక్యుల సామంతుడు గోవిందరాజు వారి దండనాథుడు. ఈ యుభయులకును ఘర్షణ ఎట్లేర్పడెనో తెలియదు. ఆరవ విక్రమాదిత్యుడు క్రీ శ. 1126లో స్వర్గవాసి యయ్యెను సామ్రాజ్యంలో కలిగిన ఈ మార్పు సందర్భంగా ప్రోలరాజు తన సరిహద్దులు పెంచుకొనడానికి యత్నించి యుండవచ్చును. ఇది వివాద కారణమై యుంటుంది ప్రచండ సేనాధీశుడైన గోవింద దండనాథుని ప్రోలరాజు బంధించా డనేది అంత విశ్వసనీయంగా లేదు ఓడించి తరిమివేసి ఉంటాడు

ఉదయ క్షితీశుని దేశం కొల్లగొట్టి తిరిగి వానికే ఇచ్చేసిన సన్నివేశాన్ని గోకర్ణరాజు వృత్తాంతంతో కలిపి అన్వయించాలి ప్రోలరాజు కాలంలో ఇప్పటి నల్లగొండ మహబూబు నగరమండలాలు తెలుగు చోడుల పరిపాలనలో ఉండేవి. వీరిలో గోకర్ణ, ఉదయచోడ, భీమనామధేయాలు తరుచు వస్తూంటాయి. శక 1043 అనగా క్రీ శ. 1121 ప్రాంతంలో నల్లగొండజిల్లా పానుగంటిని ఒక గోకర్ణచోడుడు పాలిస్తూన్నట్లు పానుగల్లు శాసనాలవలన తెలియవస్తూంది. క్రీ శ. 1178 నాటి మామిళ్ళపల్లి శాసనంలో గోకర్ణుడు, ఆతని కొడుకు ఉదయాదిత్యుడు, వాని కొడుకులు తిరిగి భీమగోకర్ణులు కనబడుతున్నారు. వీరిలో తాతయైన గోకర్ణుడు ప్రోలరాజురాజ్యారంభ కాలానికి వస్తాడు అందుచేత ప్రోలుడు జయించినవాడు పానుగల్లు శాసనంలోని మొదటి గోకర్ణుడే అవుతాడు. ఈతనితండ్రి తొండనృపతి చాళుక్య త్రిభువనమల్లుని ఆశ్రితుడైనట్లు దాక్షారామశాసనాల్లో కనబడుతూంది. పానుగంటి తెలుగు చోడులు మొదట పశ్చిమ చాళుక్యసామంతులన్నమాట ప్రోలుడు తన రాజ్యవిస్తరణయత్నంలో గోకర్ణునిపై దండునడిపి వానిదేశాన్ని కొల్లగొట్టి వానిని తరిమివేసి రాజ్యం తాను ఆక్రమించుకొనక వాని కుమారుడు ఉదయన చోడునకే ఇచ్చివేసి ఉంటాడు. దీనివలన కాకతీయాధిపత్యం పానుగంటి సీమకు వ్యాపించడమే కాకుండా అక్కడి చోడులు వీరికి మిత్రులు అయారు

ప్రోలుడు జయించిన మంత్రకూటాధిపతి (మంథెన) గుండడుకూడ పశ్చిమ చాళుక్యసామంతుడే అయి ఉంటాడు. వీనిని ఓడించుటచేత కాకతీయరాజ్యము గోదావరివరకును వ్యాపించినది జగద్దేవుడనువీరుడు అనుమకొండ పురాన్ని ముట్టడించి, ప్రోలుని ధాకకుఆగలేక నిష్క్రమించాడని చెప్పనైనది శక 1081 (క్రీ. శ. 1109) నాటి వేములవాడ శాసనంలో పోళవాకకులతిలకుడైన ఒక

జగద్దేవుడు కనిపిస్తున్నాడు. ఇతనికి సమధిగత పంచమహాశబ్ద, మహామండలేశ్వర బిరుదములున్నాయి ఇతనికి చాళుక్యులతో సంబంధము ఈ శాసనంలో చెప్పబడక పోయినా వేములవాడ వారు మొదటరాష్ట్రకూటులకు తరువాత కళ్యాణిచాళుక్యులకు సామంతులవడం తథ్యము మరియొక జగద్దేవుడు, పరమారవంశీయుడు క్రి. శ. 1105 నాటి కొలనుపాక శాసనంలో కనబడుతున్నాడు ఇతడు ప్రత్యక్షంగా త్రిభువనమల్లదేవుని ఉదాహరించాడు వేములవాడ కొలనుపాక శాసనాల్లోని జగద్దేవుడు ఒకడే అయివుంటాడు త్రిభువనమల్లుని కుమారుడు సోమేశ్వరుని కాలంలో చాళుక్యుల బలం సన్నగిల్లింది క్రీ శ. 1135 తరువాత వేగి దేశాన్నుంచి చాళుక్యులు తరిమివేయబడ్డారు. సోమేశ్వరుడు క్రీ శ 1139లో మరణించాడు. ఈ యదను చూచుకొని ప్రోలరాజు రాజ్యవిస్తరణచేయుటకు యత్నించగా పశ్చిమ చాళుక్య ప్రతినిధియైన జగద్దేవుడు ప్రోలుని శిక్షించుటకు అనుమకొండపై ముట్టడి చేశాడు ఇదిసరిగా ఎప్పుడు జరిగినదో చెప్పజాలముకాని జగద్దేవుని యత్నము విఫలమయింది అతడు ముట్టడివేసి నిష్క్రమించాడు.

పైన పర్ణించిన విజయాలచేత ప్రోలుని రాజ్యము బాగా విస్తరించినదనడంలో సందేహంలేదు. కృష్ణ-గోదావరి నదుల మధ్య దేశం ఆతని అధీనంలోకి వచ్చింది. మంథెన గుండరాజును జయించడంచేత కాకతీయాధిపత్యము గోదావరి దాటికూడా కొంత మేర వ్యాపించి ఉంటుంది ఇట్లు విజయపరంపరలు అందుకొంటూన్న రెండవ ప్రోలరాజుకు దైవం వక్రించాడు. సాగరతీరపు ఆంధ్రదేశాన్ని జయించి తన రాజ్యంలో కలుపుకోవాలనే సంకల్పంతో ప్రోలుడు తూర్పు దండయాత్ర ఆరంభించాడు నిజానికి ప్రాగాంధ్రంలో ఇప్పుడు బలవత్తరమైన ప్రభుత్వం ఏదీ లేదు వెలనాటి చోడుల బలం కొంత గణనీయమై ఉంది కాని చిన్న చిన్న సామంతులు బలవంతులగుటకు ప్రయత్నం చేస్తున్నారు. ప్రోలుని దండయాత్రలో వారందరూ ఏకీభవించి పనిచేశారు ఈ సంగ్రామంలో అనేక యుద్ధ విజయి అయిన ప్రోలరాజు ప్రాణాలు కోల్పోయినట్లు శాసనాల వలన తెలుస్తూంది క్రీ. శ 1169 నాటి ఒక ద్రాక్షారామ శాసనంలో కోటిసూర మహాదేవి భర్త కోటి చోడోదయ రాజుకు 'కాకతిప్రోల నిర్దహన' అనే బిరుదువాడనైనది ఇటువంటి బిరుదే కోన హైహయరాజులకు పిఠాపుర శాసనాల్లో కనబడుతుంది మలయ క్షత్రియవంశం వారికికూడా ఇటువంటి బిరుదు ఉంది దీనినిబట్టి అమరావతి కోట వంశీయులు,

కోన హైహయులు మలయ సూర్యవంశీయులు అందరూ కలిసి ప్రోలరాజున యుద్ధంలో సంహరించినట్లు నిర్ణయింప బడింది

రెండవ ప్రోలరాజు కుమారులలో ఇద్దరు ప్రసిద్ధులు. రుద్రదేవుడు, మహ దేవుడు. వీరుగాక మరిముగ్గురున్నట్లు శాసనాల్లో కనబడుతూంది గణపతిదేవుని సోదరి మైలాంబ వేయించిన త్రిపురాంతకం శాసనంలో హరిహర, గణపతి అనే కుమాళ్ళ పేర్లు లభిస్తున్నాయి. క్రీ శ. 1163 నాటి ఒక దాక్షారామ శాసనంలో ప్రోలుని కొడుకు రేపల్లె దుగ్గరాజు కనిపిస్తున్నాడు గణపతిదేవుని ఏకామ్రనాథ దేవాలయ శాసనంలో ప్రోడ (ల) రాజుకు దేవతరువులవలె కుమాళ్ళు అని చెప్పుటచే రుద్రదేవ మహాదేవులతో కలిసి ప్రోలునకు ఐదుగురు సంతానమని చెప్పవచ్చును రుద్రదేవుని అనుమకొండ శాసనంలో ప్రోలరాజు దేవేరి ముప్పమదేవి అని చెప్ప నైనది ఈమె నతవాటి వక్కడ మల్లదుర్గ నాయకుని సోదరి అని మైలాంబిక ఒయ్యారం శాసనం చెబుతూంది అనగా ప్రోలరాజు కాలంనుంచీ కాకతీయులకు నతవాటి వారికి వైవాహిక సంబంధాలు ఉన్నాయన్నమాట కాకతిప్రోలుని మంత్రు లలో బేతన ప్రెగ్గడ యొకడు ఈయన భార్య మైలమ్మ అనుమకొండ పదాక్షి గుట్టపై చాళుక్య విక్రమ శకము 42 లో (క్రీ శ 1118) కడలాలయ బసతిని ఏర్పాటు చేస్తూ శాసనం వేయించింది బేతన ప్రెగ్గడయూ, ఆయన భార్యయూ జైనమతా వలంబకులు బేతన ప్రెగ్గడ తండ్రి వైజన దండనాథుడు కాకతి రెండవ బేతరాజు సేనానిగా ఉండి త్రిభువన మల్లుని ప్రాపకం సంపాదించడంలో ఆ రాజుకు తోడ్ప డ్డాడు. మైలమ్మ భర్త బేతన ప్రెగ్గడ ఒక చెరువు త్రవ్వించాడు మహామండలేశ్వర కాకతి ప్రోలరాజు (రెండవ ప్రోలుడు) ఈ చెరువు క్రింద కొంత భూమిని మైలమ్మ ప్రతిష్ఠించిన బసతికి దానము చేసినట్లు ఈ శాసనం ప్రకటిస్తూంది దీనికే మహా మండలేశ్వర మేళరాజు కూచికెఱె చెరువు క్రింద కొంత భూమిని దానంచేశాడు

ప్రోలుని అనుమకొండ శాసనంలో (H A S No 1() Page 128) మేడరాజు రాజ్యలక్ష్మి దాసివలె ప్రోలుని అంగణమున నీళ్ళు చల్లుతుంది అనిచెప్పడం చేత మేడరాజును ప్రోలుడు జయించాడని నిర్ణయించవచ్చును గంగరాజు లేక గంగాధరుడు అనునతడు మేడరాజువలన ధనంపొంది అనుమకొండ పురంలో ప్రసన్న కేశవాలయం కట్టించాడనికూడా వ్రాయించబడింది ఈ గంగాధరుడు ప్రోలుని ప్రతినిధిగా మేడరాజు రాజ్యంలో నిలపబడి ఉండవచ్చును

అనుమకొండ పద్మాక్షి మొదట మొదట జైనుల దేవత అనీ, క్రమంగా కాకతీయ రాజ్యంలో శైవమతం బలపడిన తరువాత పద్మాక్షి శైవుల దేవతగా మార్చబడిందని ఊహిస్తున్నారు ఏమైనప్పటికీ కాకతీయుల కాలంలో ప్రోలరాజు దాకా శైవము, జైనమూ ప్రక్కపక్కల వర్ధిల్లినట్లు మైలమ్మ శాసనము చక్కని సాక్ష్యము

రుద్రదేవరాజు (1150–1195)

తండ్రివలెనే రుద్రదేవుడు మహాపరాక్రమశాలి తండ్రినిమించి కాకతీయ రాజ్య విస్తరణచేసినవాడు తండ్రిమల్లేనే రణాంగణమున వీర స్వర్గమలంకరించిన వాడు ''ఇంటందేవులున్ జచ్చుటకంటెను బాపంబు లొండుకలవె నృపతులకున్'' అని చెప్పిన భీష్మునిసూక్తికి లక్ష్యమైనవారీ తండ్రికొడుకులు. జనకుని రాజ్య లక్ష్యములనీతడు సుదూరంకొనిపోయాడు క్రీ శ 1163 నాటి అనుమకొండ శాసనంలో ఈ మహారాజు రాజ్యవిస్తృతి ఈవిధంగా చెప్పబడింది ''విస్తీర్ణమైన ఈయన రాజ్యానికి లవణ సముద్రం తూర్పుహద్దు దక్షిణాన్న అది శ్రీశైలపర్వతం దాకా వ్యాపించింది పశ్చిమదిక్కున కటక (కళ్యాణి) సమీపంలో విశ్రమిస్తుంది ఉత్తరాన మాల్యవంత పర్వతపు చరియలదాకాపాకింది'' ఇది ప్రత్యక్షరసత్యం కాకపోయినా కాకతీయులధ్యేయాన్ని చక్కగానిరూపిస్తూంది అనగా సమగ్రాంధ్రదేశాన్ని ఒక్క ముడిలో బిగించడం వీరి ఆశయమనుట తేలుతూంది సమగ్రాంధ్రదేశం క్రమంగా వీరి ఏలుబడిలోకివచ్చి సుఖించింది అందులో ఒక పెద్ద అంగ రుద్రదేవుని కాలంలో పడిందనడంలో సందేహంలేదు

ముప్పమిదేవీ ప్రోలరాజుల అగ్రనందనుడైన ఈ రాజు రాజ్యారూఢుడయే టప్పటికే యుక్తవయస్కుడై జనకుని యుద్ధాల్లో తోడ్పడినట్లు కనబడుతూంది ఈయన జయించిన శత్రువులపట్టిక వెయ్యి స్తంభాలగుడి శాసనంలో ఇయ్యనైనది ఈ శాసనంలో ఉన్నత సంస్కృతభాషలో ఉంది. అచింతేంద్రయోగి అనే విద్వాంసుడు కూర్చాడు.

1 అశ్వికబల నిపుణుడైన దొమ్మరాజును క్షణంలో ఓడించి తరిమి తరిమి సమస్త సంపదలు కలవాని నగరాన్ని పొందాడు

2 మేడరాజు అడంబరాన్ని కట్టించాడు. తొలితాకుడులోనే మైళగిదేవుని భంజించి పొలవాస దేశాన్ని ఆక్రమించాడు

3 శూరుడననే అహంకారంగల గోకర్ణుడనేవాడు భీమరాజు అను ముంగిస చేత చంపబడ్డాడు రుద్రదేవుని సైన్యభయంచేత చోడోదయుడనే రాజుకు పై ప్రాణాలుపైనే పోయినాయి

4 తైలపుడనే రాజు రుద్రదేవుని భయంచేత అతిసారగ్రస్తుడై దివమలంక రించాడు

5 భీముడనేవాడు క్షణకాలం రాజ్యలాభంపొంది క్షుద్రజంతువైన ఒకనక్క, తోడినక్కల్ని కూర్చుకొని మృగరాజుమీద అరిచినట్లు అరిచి, సింహం నిద్ర మేల్కొని గర్జించేసరికి వికావికాలై పారిపోయినట్లు భీమరాజు అంతఃపుర సహితంగా పారిపోయాడు ఈ భీముడు భ్రాతృహంత; సపత్నీమాతృభర్త నరపశువు

6 రుద్రదేవరాజు సైన్యంతోవెడలి, నాలుగడుగులువేసి వర్ధమాననగరాన్ని తన కోపాగ్నికి మొదటి అహుతిగాచేశాడు. అడవులుపట్టిన భీమరాజును వెన్నంటి పోయి, చోడోదయుని నగరం (కందూరు) చుట్టూ కోటలా ఉండిన వనాన్ని కొట్టించివేసి అంజనేయుడు లంకను దహించినట్లు ఆ నగరాన్ని దహించాడు పట్టణ మధ్యంలో అద్భుతమైన చెరువు త్రవ్వించాడు కందూరు ఉదయచోడుని ఇంటి వెలుగైన పద్మావతి యను కన్యను పెళ్ళిచేసుకున్నాడు

శక 1084 (క్రీ. శ. 1162) నాటికి రుద్రదేవుడు పొందిన విజయాలు ఇవి అతడు జయించిన శత్రువుల్ని, దండయాత్రా విశేషాలనూ వీలైనంత గుర్తించాలి సింహాసనం ఎక్కగానే ఈయన తనదృష్టిని రాజ్యపు ఉత్తరభాగంవైపు ప్రసరింప చేశాడు గోదావరిదాకా రాజ్య విస్తరణము స్థిరీకరణము కాకతీయుల లక్ష్యం సబ్బి మండలం అనగా కరీంనగరంజిల్లా ప్రాంతము రెండవబేతరాజు కాలంలోనే నామ మాత్రంగా వీరికి లభించింది అక్కడి సామంతులు కాకతీయాధిపత్యాన్ని సులభంగా ఒప్పుకోలేదు రెండవ ప్రోలరాజు మేడరాజు అనే వానిని జయించి పొలవాస (జగిత్యాలతాలూకా) దేశం పొందినట్లు క్రీ శ. 1118 నాటి అతని అనుమకొండ శాసనంసూచిస్తూంది ఈ మేడరాజు వృత్తాంతం చిత్రంగా ఉంది. ఇతడు మేడరసు, మేళరసు అనే పేర్లతోకూడా వ్యవహరింపబడ్డాడు వీరిది మాధవవర్మ వంశమనీ,

ఈతనికి బ్రహ్మాండమైన గజాశ్వపదాతి సైన్యముందనీ చెప్పబడింది క్రీ శ. 1082 నాటి రెండవబేతరాజు బాణాజిపేట శాసనంలోనూ క్రీ శ 1118 నాటి రెండవ ప్రోలరాజు పద్మాక్షి ఆలయ శాసనంలోనూ మేడరాజులు కనబడుతున్నారు. క్రీ శ. 1159 నాటి నగునూరు శాసనంలో దొమ్మరాజు, మేడరాజు, జగద్దేవుడు ఎవరినో గెలిచినట్లుంది చివరకు 1162 నాటి రుద్రదేవుని శాసనంలో మళ్ళీ మేడరాజు వచ్చాడు క్రీ శ 1082-1162 వరకూ ఇంత దీర్ఘకాలంలో ఒకే మేడరాజు ఉండడం సంభావ్యం కాదు గనుక మేళరస, మేడ అనే వారు తాతయూ మనుమడూ అవుతారని ఊహించి, రుద్రదేవరాజు గెలిచినవాడు మనుమడైన మేడ రాజు అని ఇప్పటి ఆధారాలనుబట్టి చెప్పాలి మొత్తముమీద మైళగిదేవుడు, దొమ్మరాజు, మేడరాజు-వీరందరూ కరీంనగరంమండలంలో ఆయా ప్రదేశాలు పాలించేవారనీ, రుద్రదేవుడు వీరందరినీ జయించి పొలవాసదేశం శాశ్వతంగా ఆక్రమించాడనీ చెప్పతగి ఉంది

రాజ్యపు ఉత్తర భాగంలో సువ్యవస్థ ఏర్పాటుచేసి రుద్రదేవుడు దృష్టిని దక్షిణ భాగంపై కేంద్రీకరించాడు ఈ ప్రాంతంలో తెలుగు చోడులు పాలిస్తున్నారని చెప్పనైనది రెండవ ప్రోలరాజు నల్గొండ పానుగల్లులా గోకర్ణుని తరిమివేసి ఉదయనుణ్ణి సింహాసనంమీద కూర్చుండబెట్టినట్లు చదివాము (H A S 13-128) తండ్రి ఆరంభించిన కార్యాన్నే అనుసరిస్తూ రుద్రదేవుడు మహబూబునగరం మండలంలోని తెలుగు చోళులమీద చర్యతీసుకున్నాడు ఇక్కడ ఈయన ప్రత్యర్థులు భీమ, గోకర్ణ చోడోదయులు వీరిలో భీమరాజు సమర్థుడు, దుష్టుడు వీని ఆకార్యములకై వీనిని శిక్షించే నెపంతో రుద్రదేవుడు దండయాత్ర ప్రారంభించి, వర్ధమాన పురాన్ని చేరి దానిని దహించాడు. భీమనాయకుడు సకుటుంబముగా పారిపోయి కందూరులో నిలబాటుచేసి ఉంటాడు ఇది ఉదయచోడుని నగరము

ఈ చోడు లందరూ జ్ఞాతులయి ఉంటారు కందూరు నగరం దుర్గమారణ్యముల చేత రక్షితమైనది రుద్రదేవరాజు అడవులు ఛేదించి కందూరు పురాన్ని పట్టుకొని దాన్ని కూడా భస్మీపటలంచేసి అక్కడ ఒక చెరువు త్రవ్వించినట్లు చెప్పబడింది చోడోదయుడు మరణించినట్లు అనుమకొండ శాసనం చెప్పుతూంది కాని అది వాస్తవముగా తోచదు ఎందుచేతనంటే ఈ రాజు శాసనాలు తరువాత కూడా దొరుకుతున్నాయి శక 1084 (క్రీ శ 1162) నాటి జడచర్ల శాసనంలో కందూరు ఉదయన చోడమహారాజు సుంకాధికారులు కోడూరు స్వయంభూనాథ దేవాలయంలో

నందాదీపానకై కొన్ని పన్నులమీద ఆదాయం సమర్పించారు అట్లే. శక 1097 (1175) నాటి నేలకొండపల్లి శాసనం ప్రకారం కందూరు ఉదయన చోడమహారాజు కొండపల్లి చెరువుకు తూము పెట్టించినట్లు కలదు వీటినిబట్టి ఉదయచోడుడు క్రీ శ 1175 వరకూ ఉన్నాడనీ, రుద్రదేవునితో సంధిచేసుకొని ఆ రాజునకు తన కుమార్తె నిచ్చి వివాహముచేసి మైత్రి పాటించాడనీ చారిత్రకులు భావిస్తున్నారు. దుష్టుడైన భీమరాజు మాత్రం యుద్ధంలో మరణించి ఉంటాడు

తైలపుడు రుద్రదేవుని భయంచేత దివంగతుడయాడు అనేది అలంకారికం గానే తీసుకోవాలి మూడవ తైలపుడు అనబడే ఇతడు క్రీ శ. 1150–77 నడుమ పశ్చిమ చాళుక్య సామ్రాజ్యానికి అధిపతి ఇతని కాలంలో ఈ సామ్రాజ్యం విచ్ఛిన్నం అయిపోవడం మొదలు పెట్టింది. దుర్బలుడైన ఈతడు బలవత్తరులైన సామంత పృధ్వీశులను అదుపులోపెట్ట లేకపోయాడు సామ్రాజ్యహృదయం మీదే కుంపటి పెట్టినవాడు కాలచుర్తి బిజ్జలుడు కాకతి రుద్రదేవరాజు కూడా సామ్రాజ్యాన్ని ధిక్కరించి స్వతంత్రుడయాడు తైలపుడు జీవించి ఉండీ చనిపోయినవాడే అయాడు

రుద్రదేవరాజు తెలంగాణం వరకూ తన అధిపత్యాన్ని నిరూఢం చేసుకొని ప్రాగాంధ్రంమీద దృష్టిని మరల్చాడు వేగీ ప్రాంతాన్ని స్వాధీనం చేసుకునే యత్నంలో తన జనకుడు దుర్మరణం చెందిన విషయం రుద్రదేవుణ్ణి ప్రేరించి ఉంటుంది సాగర తీరాంధ్ర పరిస్థితి ఇప్పుడిట్లా ఉంది కాంచీనుండి పాలిస్తూన్న చాళుక్య చోళవర్తుల ఆజ్ఞ తెలుగు దేశంలో ఇంకా కొంత చెల్లుతూంది ఏరు రాజరాజనరేంద్రుని కుమారుడూ ప్రసిద్ధ చక్రవర్తి అయిన కులోత్తుంగ చోడుని వంశీయులు ఇప్పటి చాళుక్య చోడచక్రవర్తి రెండవ రాజరాజు ఇతడు క్రీ శ 1145 నుండి రాజ్యాధికారం వహించినట్లు కనబడుతుంది సాగరాంధ్రంలో ఇతని సామంతులు ప్రతినిధులుగా వెలనాటి చోళులు, కోనహైహయులు మొదలైన వారున్నారు ఇటువంటి రాజకీయ వాతావరణంలో రుద్రదేవుడు తన ఉద్యమాన్ని ఆరంభించాడు. ఈయన శాసనాలు దాక్షారామ భీమేశ్వరాలయంలో లభిస్తూండడం చేత కాకతీయులు తీరాంధ్రంలోకి కొంతగా చొచ్చుకు వెళ్ళారని అంగీకరింప వచ్చును క్రీ శ 1158 నాటి ఒక భీమేశ్వరాలయ శాసంలో రుద్రదేవుని సేనాపతి ఇనగాల బమ్మిరెడ్డి (బ్రహ్మరెడ్డి) భీమేశ్వరునకు దీపదానం ప్రకటించాడు. ఆరంభంలో రుద్రదేవుడు చాళుక్యచోళ చక్రవర్తితో మైత్రి పాటించినట్లు తోస్తుంది.

ఈ శాసనంలో రాజరాజు పరిపాలనా కాలం కూడా పేర్కొవడం గమనించదగింది ఇట్లు జయించిన ప్రాంతానికి రుద్రదేవుడు తన తమ్ముడైన రేపల్లె దుర్గరాజును ప్రాంతపాలకుడుగా నియమించినట్లు తోస్తుంది. రేపల్లె దుగ్గరాజు భార్య బొప్పా దేవులు శక 1085 (1163) లో ద్రాక్షారామ భీమేశ్వరునికి దీపదానం చేసింది

రుద్రదేవుడు తీరాంధ్రంలో బలపడడం స్థానిక రాజవంశాలకు ఇష్టంలేదు వెలనాటి రెండవ రాజేంద్ర చోళుడు తన సేనాపతి దేవన ప్రెగ్గడను పెద్ద సైన్యంతో ఉత్తరాంధ్రంమీద పంపించాడు, దేవన ప్రెగ్గడ కోన హైహయుల్ని శిక్షించి దాక్షారామ ప్రాంతం స్వాధీనం చేసుకున్నట్లు అతని క్రీ శ. 1163 నాటి భీమేశ్వ రాలయ శాసనం నిరూపిస్తూంది కాకతిరుద్రుడు నిరుత్సాహం పడక ద్రాక్షారామ ప్రాంతంమీద మరొక దండయాత్ర సాగించినట్లు క్రీ శ 1168 నాటి ఇక్కడి శాసనం చూపుతూంది రుద్రదేవుని రాణి దన్నమదేవులు భీమేశ్వరునకు అఖండ వర్తి దీపంకోసం దానం ప్రకటించింది ఈ విధంగా కాకతీయులు తీరాంధ్రంలోకి యాతాయాతములు సాగిస్తున్నారు వెలనాటి రెండవ రాజేంద్ర చోడుడు జీవించి ఉన్నంతకాలం రుద్రదేవుడికి తూర్పుతీరంలో గట్టివట్టు దొరకలేదు కాని వెలనాటి చోడుడు క్రీ శ 1181 ప్రాంతంలో మరణించాడు రాజ్యాధికారానికై కలతలు ప్రారంభించాయి చోడునికుమారుడు మూడవ గొంకరాజు ఈ సంఘర్షణల్లో చనిపోయి ఉంటాడు. చోడుని మనుమడు పృథ్వీశ్వరుడు రాజ్యాన్ని పొందాడు కాని చందవోలు ప్రాంతంనుంచి పారిపోవలసిన వాడయాడు. గోదావరి కుత్తరాన పిఠాపుర ప్రాంతంలో ఇతడు క్రీ శ. 1206 వరకూ ప్రభుత్వం నెరపినట్లు కనబడుతుంది ఇక్కడకూడా ఇతనికి తూర్పు చాళుక్య బేట విజయాదిత్యుని సంతతివారు ప్రత్యర్థులయారు చాళుక్య మల్లపదేవుడు ప్రోలునాటిని (పిఠాపుర ప్రాంతాన్ని) ఆక్రమించాడు కాకతిరుద్రుడు తన బలం పెంపొందించుకోడానికి విష్ణువర్ధన మల్లపరాజుతో నేస్తం కట్టాడు. అయినా వెలనాటి పృథ్వీశ్వరరాజుని ప్రోలునాటి నుంచి నిర్వాసితుని చేయలేకపోయారు.

ఇది యిట్లుండగా పల్నాటిలో కుటుంబ కలహం మూలంగా పలనాటి యుద్ధమని చెప్పబడే మహాసంగ్రామం బయలుదేరింది పల్నాటి అధిపతి నలగామ రాజు రుద్రదేవరాజు సహాయంకోరగా రుద్రుడు అంగీకరించి పెద్ద సైన్యంతో బయలుదేరివెళ్ళాడు ఈయనవెంట స్వామిభక్తి పరులైన కాకతీయ సామంతులు పలువురు మల్యాలవారు, కొమరవెల్లివారు, విప్పర్లవారు, నతవాటివారు-నడిచారు.

పడిరో నిశ్చయముగా తెలియదు సేవణరాజు జైతుగి-మొదటి జైత్రపాత్రుని - తో జరిగిన మహా రణయజ్ఞమునందు బహు సంగ్రామ విజేతయైన రుద్రదేవుడు వీరస్వర్గమలంకరించాడు ఇది క్రీ శ 1196 ప్రాంతంలో జరిగింది

కాకతి రుద్రదేవుడు యోధుడు మాత్రమేకాదు విద్వాంసుడుకూడ ఈయన విద్యాప్రియుడు రాజనీతి విషయకమైన 'నీతిసారము' అనే గ్రంథాన్ని రచించినట్లు బద్దెన నీతిశాస్త్ర ముక్తావళిలో ఉన్నది రేచెర్ల నామిరెడ్డి తన పిల్లలమఱ్ఱి శాసనంలో (క్రీ శ 1195) రుద్రదేవరాజును విస్తారంగా ప్రశంసిస్తూ 'శ్రీ వాగీశ్వర సంస్తుతస్య, విబుధైః సేవ్యస్య' అని ఈయన కవి పండిత జనాదరాన్ని కొనియాడాడు ఈ రాజు యుద్ధంలో ఎంత దుర్దముడో శాంతి కార్యకలాపాల్లోకూడా అంతవాడే అని చెప్పాలి ఈయన గొప్ప వాస్తుప్రియుడు రుద్రదేవుని వాస్తుప్రీతికి శాశ్వత చిహ్నంగా సహస్ర స్తంభ దేవాలయం అనుమకొండలో నేటికీ నిలిచిఉంది సర్వక్షయంకరుడైన కాలుని హస్తాలకు శత్రుహస్తాలకు ఇది గురి అయినప్పటికీ నేటికినీ తన పూర్వ శిల్పకళా వైభవాన్ని చాటుతూనే ఉంది. ఇది పశ్చిమ చాళుక్యుల శిల్పపు తీరులో ఉందని తజ్ఞులు చెప్పుతారు ఇందు శివవిష్ణు సూర్యదేవులు ప్రతిష్ఠింపబడ్డారు ఇచ్చటి నందీశ్వర విగ్రహం సమున్నతమై జీవకళలు ఉట్టిపడుతూంది ఈ దేవాలయం తళతళ మెరిసే ఉక్కువంటి నల్లరాతితో నిర్మించబడింది జిలుగునకిషీపనిగల వెయ్యి స్తంభాలు సాంద్రకదళీవనంలా కనబడతాయి రుద్రుడు చేసిన మరియొక గొప్పపని ఏకశిలానగర నిర్మాణము తన రాజ్య విస్తీర్ణతకు అనుమకొండ దుర్గము సంకుచిత మయిందని కాబోలు ఈయన ఓరుగల్లు పట్టణ స్థాపన కావించాడు ఇది ప్రోలరాజు కాలంలోనే ప్రారంభమయిందని కొన్ని కదలున్నాయి ఓరుగల్లు పట్టణం వాడలు తీర్చి చక్కగా కట్టడం జరిగింది ఆయా వాడలకు ఈయన తాను జయించిన నగరాలపేర్లు పెట్టించడం జ్ఞాపకార్థమయిన చమత్కృతి ఈ కాలంలో సాధారణంగా మూడేసి శివలింగములు లేక దేవతలు గల ఆలయాలు ప్రతిష్ఠించడం ఒక సంప్రదాయం. వీటిని త్రికూటము అనేవారు రేచెర్ల నామిరెడ్డి తన తండ్రిపేర కామేశ్వరుని తల్లిపేర కాచేశ్వరుని తనపేర నామేశ్వరుని ప్రతిష్ఠించి ఈ త్రికూటానికి భూములు వగైరా వృత్తులు ఏర్పాటు చేశాడు.

కాకతీయుల విజయాలకు రాజ్యసమృద్ధికి మూలము వారిసేనానులు మంత్రులు అని చెప్పాలి అదృష్టవశంచేత మహా సమర్థులైన దండనాథులు రాజ్య తంత్రజ్ఞులైన

అమాత్యులూ వారికి లభించారు రుద్రదేవుని సేనానులలో చెరకు, మల్యాల, ఓబ్లలమఱ్ఱి వంశీయులు ప్రసిద్ధులు ఈయన మంత్రిగణంలో గోవిందుని కుమారుడైన వెల్లకి గంగాధరుడు గణనీయుడైనట్లు క్రీ శ 1170 నాటి ఈతని కరీంనగరం శాసనంవలన తెలుస్తూంది ఈ మంత్రి సత్తముని పూర్వులు వేగిదేశంలో ఉండే వారట ఈయన పెక్కు ప్రజాహిత కార్యాలు చేశాడు అనుమకొండ ప్రసన్న కేశవాలయంవద్ద గంగచియ చెరువు అనే తటాకాన్ని ఈయనే నిర్మించినట్లు కనబడుతుంది రుద్రదేవుని మరియొక మంత్రి మల్లినాయకుడు ఇతడు ఆరాజు తంత్రపాలుడు అనగా యుద్ధమంత్రి కావచ్చును ఈయన పానుగల్లులోని ఛాయా సోమనాథ ఆలయానికి దానాలు ప్రకటించాడు ఇందులూరి వంశీయులును బ్రాహ్మణులును అయిన పెద మల్లన చినమల్లన అనువారు రుద్రదేవుని ఇష్టభృత్యులని శివయోగ సారంవలన తెలుస్తూంది వీరిలో పెదమల్లనామాత్యుడు రుద్రదేవుడు క్రొత్తగా నిర్మిస్తూన్న ఒరుగల్లు పట్టణానికి శాసకుడు. చినమల్లనమంత్రి పెద సంప్రతిగా వ్యవహరించాడు అనగా రాజభాండారానికి పెద్దగణకుడు ఇందులూరి వారు భవిష్యత్తులో కాకతీయులవద్ద పెద్ద పెద్ద పదవులకు ఎక్కి గణుతిని పొందినవారు

మహాదేవరాజు (1196-99)

రుద్రదేవరాజు అనంతరం ఆయన తమ్ముడు మహాదేవరాజు మూడు నాలుగు సంవత్సరములలోపు మాత్రమే రాజ్యభారం వహించాడు రుద్రునకు సంతానము లేదు. మహాదేవుని రాజ్యవిశేషాలేమీ తెలియరావడంలేదు. ఈతని పేర ఒక్క శాసనం మాత్రమే కనబడుతూంది. అది శంభునిగుడి శాసనము. దీనిలో చారిత్ర కాంశాలేమీలేవు మహాదేవుని శివభక్తి పరాయణత్వము విస్తారంగా చెప్పబడింది. సమస్త రాజ్యసంపదలు కలిగియు ఇతడు వైరాగ్యశీలుడైనట్లు వర్ణనకలదు. ఈయన గురువు శైవ సిద్ధాంతప్రవీణుడైన ధ్రువేశ్వరమునీంద్రుడు మహాదేవరాజునకు గణపతిదేవుడి తరువాత ఇద్దరు కుమార్తెలు. మైలాంబిక, కుందాంబిక. వీరిరువురు కూడ నతవాటి బుద్ధనృపతి కుమారుడు రుద్రుని పెండ్లియాడారు. నతవాటివారికి కాకతీయులకూ రెండవప్రోలరాజుకాలంనుంచీ పిల్లల్ని ఇచ్చిపుచ్చుకోడం నడుస్తూంది. ప్రోలరాజుదేవి ముప్పమ నతవాటి దుగ్గరాజు సోదరి మహాదేవరాజు దేవేరి

బయ్యాంబిక మైలాంబిక, కుందాంబిక లిరివురూ శాసనాలు ప్రకటించారు. వీటిల్లో వారు తమతండ్రిని పితృభక్తితో స్మరించారు అన్నయైన గణపతిదేవ చక్రవర్తిని గూర్చి సగర్వంగా చెప్పుకొన్నారు మైలాంబిక శాసనాలు తెలంగాణంలో బయ్యారం వద్దనూ, త్రిపురాంతకక్షేత్రంలోనూ కనబడ్డాయి బయ్యారం శాసనంలో కాకతీయుల ప్రారంభకాలచరిత్రకు తోడ్పడే అంశాలు కొన్ని దొరుకుతున్నాయి కుందలదేవి తండ్రి తనకు పెండ్లి అరణముగాఇచ్చిన వేములతోండ గ్రామాన్ని కుందవరం అని పేరు పెట్టి బాలభారతి సత్కవి మొదలైనవారికి దానంచేసింది మహాదేవరాజు సంతానంమీద మిక్కిలిప్రేమ కలవాడుగాతోస్తాడు కుమార్తెల వివాహ విషయంలో ఆయన మిక్కిలిశ్రద్ధ వహించాడు అనువైన సంబంధాలకోసంచూసి చివరకు నతవాటివంశము తనకులానికి అనుగుణమైనదని నిర్ణయించాడట.

ఈయన రాజ్యవిశేషాలు ఎచ్చటా సూచన మాత్రంగా అయినా శాసనాల్లో కనబడలేదు కాని సిద్దేశ్వరచరిత్రవంటి పూర్వకథనాల్లో ఒక అపూర్వ విషయం ప్రవేశించింది రుద్రదేవరాజు పాండ్యులమీద దండెత్తిపోయి రామేశ్వరదర్శనం చెసుకొనివచ్చేలోపులో తమ్ముడైన మహాదేవరాజు ఆయన పరోక్షంలో రాజ్యం అక్రమించుకున్నాడనీ, రుద్రదేవరాజు తిరిగివచ్చి తమ్ముణ్ణి యుద్ధంలో ఓడించి అతని కుమారుణ్ణి చెరపట్టాడనీ ఈ గ్రంథాలు చెప్పుతున్నాయి కాకతీయరాజ్యంలో కల్లోలంబయలు దేరడంచూసి సేవణరాజైన జైత్రపాలుడు ఆంధ్రరాజ్యం మీద దండెత్తి వచ్చాడు రుద్రదేవరాజు సేవణులతో యుద్ధంచేస్తూ వీరస్వర్గం పొందాడు. రుద్రదేవుని తరువాత రాజ్యానికి వారసుడు మహాదేవుడైనప్పటికీ ఆతని భ్రాతృద్రోహంచూసి మంత్రులూ ప్రజలూ మహాదేవరాజు రాజగుటకు ఇష్టపడక ఆతని కుమారుడు చిన్నవాడైన గణపతిని రాజ్యారూఢుణ్ణిచేశారు. మహాదేవుడు యువరాజుగా, రాజ్యసంరక్షకుడుగా మాత్రమే ఉండిపోయాడు ఈ వృత్తాంతాన్ని ఇద మిత్థమని నిర్ణయించడానికి ఆధారాలు కనబడలేదు కాకతీయవంశంల్లో ఇట్టి ద్రోహాలు, భ్రాతృకలహాలు, విప్లవాలు వినరావు రుద్రమదేవి రాజ్యారంభకాలంలో మాత్రం అమె సవతిసోదరులు ఆవిడ రాజ్యాన్ని అపహరింపదలచినట్లు కొన్ని సూచనలు ఉన్నాయి ఇటువంటి కథనే లోకులు తరువాత మహాదేవరాజునకుకూడా అంటగట్టి నారేమో తెలియదు. 'మహాదేవక్షితీశుని వర్ణించుట ఎట్టి భూలోకకవికిని సాధ్యముకాదని' మైలాంబిక బయ్యారంశాసనమున్నూ, 'అనుజోమనుజాకార మహాదేవో మహీమధాత్' అని కుందవర శాసనమున్నూ ఈయనను ప్రశంసించాయి

మహాదేవరాజు తనయన్నగారివధకు సంతప్తుడై రాజ్యానికివచ్చిన కొద్ది సంవత్సరాలకే దేవగిరి యాదవులపై ప్రతీకారము తీసుకొనుటకు జైత్రయాత్రచేసి ఉంటాడు. కాని జైతుగి పరాక్రమం ముందర నిలుపలేక ఈయనకూడ వీరమరణం చెందినట్లే ఊహించబడింది జైతుగిరుణానిలయుడై గణపతిని చెరవిడిపించినట్లు యాదవుల గ్రంధాలు శాసనాలు వర్ణిస్తున్నాయి

గణపతిదేవుడు (1199-1261)

కాకతియుల్లో అగ్రగణ్యుడూ, ఆంధ్రరాజవంశాల్లో ప్రథమశ్రేణియందు చెప్పతగ్గవాడు అయిన గణపతి దేవుడు అరవైరెండు సంవత్సరాల దీర్ఘకాలం ప్రజారంజకంగా శత్రుదుర్నిరీక్ష్యంగా సామ్రాజ్యాన్ని పరిపాలించాడు ఈయన రాజ్య ప్రారంభం కంటకావృతంగా ఉండింది తండ్రియైన మహాదేవరాజుతో కలిసి పిన్నవాడైన గణపతికూడా సేవణులమీద విక్రమించి ఉంటాడు అదృష్టం కలిసిరాక మహాదేవుడు యుద్ధ నిహతుడవడమూ యువకుడైన గణపతి బందీ అవడం చదివాము ఈతని మృదువయసునుచూచి దయతలచి జైత్రపాలు డీతణ్ణి విడిపించాడని యాదవులు చెప్పుకొన్నారు ఇది నిష్కారణదయ కాకపోవచ్చును సేవణరాజ్యానికి దక్షిణాన్నుండి హోయసల రెండవ బల్లాలునివలన ప్రమాదం తటస్థించింది ఇదివరకే హోయసలులు యాదవులనుండి ఉత్తర కర్ణాటకం లాగుకున్నారు. తిరిగి హోయసలులతో యుద్ధంవస్తే తమకు తూర్పునఉన్న త్రిలింగాధిపతులనుండి ఒత్తిడిరాకుండడానికై రాజకీయచర్యగా జైతుగి యువకుడైన గణపతిదేవుణ్ణి విడిపించి సగౌరవంగా అతని రాజ్యం అతనికిచ్చివేశాడు దీనివలన ఉభయ రాజ్యాలకూ మంచి ఫలితాలే కలిగినాయి అన్యోన్యరాజ్యాక్రమణకు పూనుకొనక తమతమ బలాలు ఇతరత్రా వినియోగించారు ఆంధ్రరాజ్యానికి ఇదిమేలే అయింది. తెలుగుదేశాన్నంతనీ కాకతీయుల క్రిందికి కొనిరావడానికి గణపతిదేవుడికి అవకాశం కలిగింది రాజ్యాభివృద్ధి చెయ్యడానికికూడా వీలు ఏర్పడింది రుద్రదేవుని కాలంలో చాలవరకూ తెలంగాణానికే పరిమితమైయుండిన కాకతియ రాజ్యం గణపతి దేవుని కాలంలో యావదాంధ్రమునూ ఆకళించుకొని సామ్రాజ్య గౌరవాన్ని పొందింది పరిసరరాజ్యాల స్థితికూడా దీనికి కొంత దోహదంచేసింది దేవగిరి యాదవులు ఉపేక్షా మిత్రులయారు హోయసలులు దూరాన ఉన్నారు దక్షిణంలో చాళుక్యచోళ

సామ్రాజ్యం విచ్ఛిన్నమవుతూంది. సమర్థులైన రాజులంతగా వారిలో లేకుండిరి. ఆంధ్రదేశంలో లెక్కకు మిక్కిలిగా సామంతవంశాలు తలయెత్తాయి కాని ప్రబలమైన కేంద్రశక్తి ఏదీలేదు ఆ స్థానాన్ని గణపతిదేవుని ప్రతిభావిశేషంచేత కాకతీయులు ఆక్రమించారు.

గణపతిదేవుడు సింహాసనానికి రాకపూర్వం పదిఏండ్లు యాదవుల చెరలో ఉన్నట్లు కొందరు భావించారు. కాని దీనికి ఆధారం లేదు. ఈయన చిన్నవాడవడం చేతనూ, రుద్రదేవ మహాదేవుల రణమరణం వలన రాజ్యానికి కలిగిన పెద్ద ఆఘాతం చేతనూ అంతశ్శత్రువులైన సామంతులు తలయెత్తి విజృంభించడానికి చూశారు భాగ్యవశం వలన కాకతీయ సేనానులు స్వామిభక్తిపరులై సామ్రాజ్యాన్ని ఆపదనుండి కాపాడారు వీరిలో రేచెర్ల రుద్రసేనాని ప్రముఖుడు ఈతని తండ్రి కాటియలేక కాట్రెడ్డి తల్లి పేరు కామమాంబ అని రుద్రసేనాని పాలంపేట శాసనమునందు (క్రీ శ. 1213) ఉన్నది బెజ్జమాంబయని రాజనాయకుని కుమారుని ఉప్పరపల్లి (క్రీ. శ. 1235) శాసనమునందు వ్రాయబడినది. రుద్రసేనాని శాసన సాక్ష్యమునే మనము ప్రధానముగా పరిగణింపవచ్చును ఈతడు వజ్రసంకల్పుడై విప్లవకారుల్ని అణచివేశాడు నాగతి అనువాడు రాజ్యద్రోహం తలపెట్టిన వారిలో ఒకడు రేచెర్ల రుద్రుని సైన్యం రాకను చూసి ఇతడు పలాయనపరు డయ్యాడు. వీనికన్న ప్రబల శత్రువు చాళుక్యచోళ చక్రవర్తి మూడవ కులోత్తుంగుడు. పతన ప్రాయమైన చోళసామ్రాజ్యం ఇతని కాలంలో చివరి వెలుగు వెలిగింది మూడవ కులోత్తుంగుడు వడుగాలను (తెలుగువారిని) జయించి ఓరుగల్లు పట్టుకొన్నట్లు తన శాసనాల్లో వ్రాయించుకున్నాడు. సైన్య శక్తిచేతనూ విస్తారంగా ధన వ్యయం చేతనూ కులోత్తుంగుడు ఓరుగల్లులో కాలుపెట్టాడేమో కాని రేచెర్ల రుద్రాదుల పరాక్రమాన్ని సహించలేక త్వరలోనే వెళ్ళిపోయాడు సామ్రాజ్యాన్ని రక్షించిన ఉత్తమ సేవకు రేచెర్ల రుద్రారెడ్డికి 'కాకతీయ రాజ్యభారధేరేయుడు' అనే ప్రశస్తి కలిగింది. శక 1134 (1212) నాటి దాక్షారామ శాసనంలో రుద్రుని సామంతుడూ, అమాత్యుడూ అయిన రాజనాయకుడు ఈ సేనానిని ''మహిమాస్పదుడు, గుణవంతుడు, క్షోణీరక్షణ దక్ష దక్షిణ భుజాదండుడు, కాకతిరాజ్య సమర్థుడు'' అని వర్ణించాడు గణపతిదేవుని పాలన పురుటి కష్టాలు గడిచి అభ్యుదయం పొందడం ఆరంభించింది

రాజ్యవిస్తరణ ప్రయత్నాన్ని ఈయన వెలనాటితో ప్రారంభించాడు రుద్రదేవుడీ ప్రాంతంలో కొంత ప్రగతి సాధించాడు ధరణికోటను జయించి కోట వంశీయులను మిత్రులుగా వేసుకొన్నాడు చందవోలు రాజ్యం అస్తమించినా ఈ వంశీయుడైన పృథ్వీశ్వరరాజు క్రీ శ 1181-1208 పిఠాపురాన్నుంచి శ్రీ కూర్మం దాకా ఉన్న దేశంలో బలీయుడుగా ఉన్నాడు ఈతని కోశాధ్యక్షుడైన అనంతుడు శక 1128 (1206) లో శ్రీ కూర్మంలో శాసనం వెయించాడు వెలనాటిపృథ్వీశ్వరుడు తన పూర్వీకుల స్థానమైన చందవోలు ప్రాంతాన్ని పూర్తిగా విడువ లేకున్నాడు కొందరు సామంతు లింకా ఆయనకు అనుకూలంగా ఉంటున్నారు. కృష్ణాజిల్లా దివి తాలూకా అయ్య వంశీయు లిట్టివారు అయ్య పిన చోడినాయకుడు దివి దుర్గం దుస్సాధ్య మైనదని భావించి కాకతీయుల్ని ప్రతిఘటించాడు. గణపతి దేవుడు క్రీ శ 1201 లోనే వెలనాటిపై దండయాత్రకు వెడలినాడు కాకతీయ సామంతుల్లో శూరకుటుంబాలవారు - కోట, నతవాటి. మల్యాల వంశీయులు చక్రవర్తితో సాగివెళ్ళారు ముమ్ముందు బెజవాడను పట్టుకొని ఈ సైన్యాలు దివి దుర్గాన్ని ముట్టడించి సాధించాయి దాన్ని దోచుకొని పాడుచేశాయి దివిదుర్గ సాధనలో ప్రత్యేక పరాక్రమం చూపెట్టిన మల్యాల చౌండసేనానికి గణపతిదేవుడు 'దివిమూఅకార, ద్వీపీలుంటాక' ఇత్యాది బిరుదులిచ్చి సన్మానించాడు దివిరాజ్యాన్ని పాదాక్రాంతం చేసుకొన్నా గణపతి దానిని తన సామ్రాజ్యంలో కలుపుకోలేదు ఔదార్యం ప్రదర్శించి దానిని అయ్యవంశీయులకే విడిచిపెట్టాడు ఈ వీరకుటుంబంలో మైత్రి పాటించడం లాభదాయకమని గుర్తించిన చోడినాయకుని కూతుళ్ళను నారమ్మ, పేరమ్మ అను వారిని తాను పెండ్లియాడి, వారి సోదరుడైన జాయప సేనానిని తన క్రింద ఉద్యోగిగా తీసుకున్నాడు జాయప, సామ్రాజ్య విధేయుడై గజాధ్యక్ష పదవిని కూడా పొందాడు వెలనాటి పృథ్వీశ్వరుని వంతు తరువాత వచ్చినది తన వంశీకుల రాజ్యాన్ని తిరిగి జయించే యత్నంలో ఇతడు దక్షిణానికి సైన్యాల్తో వచ్చాడు గణపతి ఈతనిని ఎదిరించాడు. ఈ యుద్ధంలో నెల్లూరి మొదటి తిక్కరాజు కాకతీయ సైన్యంతో కలిసి పని చేశాడు తిక్కరాజు పృథ్వీశ్వరుని శిరస్సుతో కందుక క్రీడ సలిపినట్లు తిక్కన కవి నిర్వచనోత్తర రామాయణంలో వర్ణించాడు. ఈ సంగ్రామంలో పృథ్వీశ్వరరాజు వీరమరణం చెందాడు పృథ్వీశ్వరుని రాజ్యం గణపతి అధీనంలోకి వచ్చింది ఈ విజయ ప్రశంస మేలాంబిక క్రీ శ 1209 నాటి త్రిపురాంతక శాసనంలో కనబడు

కూండడంచేత పృధ్వీశ్వరరాజు అంతకుముందే రంగస్థలాన్నుంచి నిష్క్రమించి ఉంటాడని ఊహించాలి

నెల్లూరు రాజ్యము వెలనాటి విజయం తర్వాత గణపతిదేవుడు ఇంకను దక్షిణ రాజ్యాల వంక పరలాడు చాళుక్య-చోళచక్రవర్తుల అధికారం క్షీణిస్తూన్న కాలంలో నెల్లూరు తెలుగు చోడవంశంవారు క్రమంగా బలపడి విక్రమ సింహపురము కాంచీ నగరముల మధ్యన ఉన్న దేశాన్ని ఆక్రమించుకొని పాలించడం మొదలు పెట్టారు నెల్లూరు, కడప, చెంగల్పట్టు జిల్లాలకు వీరి రాజ్యం వ్యాపించింది నల్లసిద్ధి అను నాతడు పంద్రెండవ శతాబ్ది మధ్యంలో నెల్లూరు రాజ్యం స్థాపించాడు ఇతని కుమారులు మొదటి మనుమసిద్ధి, నల్లసిద్ధి, తమ్మ సిద్ధి అనువారు మూడవ కులోత్తుంగ చోళుడు మొదటి మనుమసిద్ధిని తరిమివేసి నెల్లూరు రాజ్యాన్ని వాని తమ్ముడు నల్లసిద్ధికి ఇచ్చాడు ఈ రెండవ నల్లసిద్ధిని వెళ్ళగొట్టి వాని తమ్ముడు తమ్మసిద్ధి క్రీ శ. 1208 దాకా రాజ్యంచేశాడు. మొదటి మనుమసిద్ధి కుమారుడూ, శూరుడూ అయిన చోడ తిక్కరాజు తనకు రాజ్యార్హత ఎక్కువ ఉందని భావించి గణపతిదేవుని సహాయంతో నెల్లూరురాజ్యం ఆక్రమించు కొన్నాడు. ఇతడు సమర్థుడూ, పరాక్రమశాలి అయినప్పటికీ పరిసరాల్లో ఉన్న బలవత్తర రాజ్యాల ఒత్తిడికి లొంగిపోక తప్పలేదు సేవణులు ఇతని రాజ్య పశ్చిమ భాగంపై అలజడి కలిగించగా తిక్కరాజు కాకతీయుల సహాయంతో కాటోలు కడపజిల్లా కురుములూరి వద్ద వీరిని ఓడించి పారద్రోలాడు తిక్కరాజు బలం పుంజుకొన్నాడు కాకతీయుల సహాయానికి కృతజ్ఞతా సూచకంగా కాటోలు గణపతిదేవుని సామంతుడు, అంబ దేవుని బావమఱదియైన గంగయ సాహిణిని తన సేనాధీశుడుగా చేసుకొని ఉత్తర పాకనాటికి ప్రతినిధిత్వం ప్రసాదించాడు ఇంతలో తిక్కరాజుకు హొయసలులతో సంగ్రామం ఏర్పడింది హొయసలులు తమ రాజ్యవిస్తరణ కాంక్షలో నెల్లూరుతో స్పర్ధించారు తిక్కరాజు చోళచక్రవర్తి మూడవ రాజరాజు పక్షం వహించి హొయసల రెండవ నరసింహుణ్ణి జంబైరణంలో క్రీ శ. 1239 లో సంహరించాడు. నరసింహుని కుమారుడు కర్ణాట సోమేశ్వరు డెత్తిరాగా వానిని జాడించి పారద్రోలాడు ఈయంశాన్నే నిర్వచనోత్తర రామాయణంలో తిక్కన పేర్కొన్నాడు. కర్ణాట విజయం పొంది తిక్కరాజు 'చోళ స్థాపనాచార్య' బిరుదు వహించాడు. కర్ణాటక సంగ్రామాల్లోకూడా గణపతిదేవుని సహాయం తిక్కరాజుకు లభించినట్లే కనబడుతుంది

కళింగ విజయము - దక్షిణాది వ్యవహారాలు కొంత పరిష్కరించి గణపతి దేవుడు కళింగము వైపు దృష్టిమరల్చాడు. సింహాచల పర్యంతము తెలుగు దేశాన్ని తన సామ్రాజ్యంలో కలుపుకొనే ఉద్దేశముతో ఈ సైన్యయాత్ర సాగి ఉండవచ్చును కాకతీయ చమువులకు రేచెర్ల రుద్రుని సామంతుడు రాజనాయకుడు దండనాథుడు ఈతడు రిపుతరుదావానలుడని ఉప్పరపల్లి శాసనం వర్ణిస్తూంది ఏదవభీముడను మరియొక సాహసికుడు కాకతీయ సైన్యములతో తరలి, ఈ దండయాత్ర యందు విజయములను చేకొన్నాడు ఏఱువనాడు గుంటూరు నెల్లూరు కర్నూలు మండలముల కూడలిలో ఉండెడిది. గణపతి సేనావాహిని గోదావరీ తీరమునుండి బయలు దేరి ఏడు మాడెములు, పన్నెండు మన్యప్రాంతములు జయించి, ఓఢ్రదేశము ప్రవేశించి తెక్కలి మున్నగు స్థలాలను జయించెను ఇంకను ఉత్తరానికి పోయి గంజాంజిల్లా ఆస్కా తాలూకా బొక్కెర అను ప్రదేశంవద్ద భయంకరయుద్ధంచేసి గోధుమరట్టి అనే సాహసికుణ్ణి వాని బలాన్ని నురుమాడింది. పెదకిమిడి ప్రాంతంలోని ఉదయగిరి కోటను కాకతీయ సైన్యాలు స్వాధీనం చేసుకొని, దుర్గాధిపతియైన పడియరాయుణ్ణి పారద్రోలాయి. గోధుమరట్టి, పడియరాయడు అనువారు ఓఢ్ర నరపతి మూడవ రాజరాజు అనుచరులు కావచ్చును రాజనాయకుడక్కడ నుండి బస్తరు ప్రవేశించి చక్రకొట్యము స్వాధీనము చేసికొని, మంథెనవద్ద గోదావరి దాటి తిరిగి దాక్షారామానికి వచ్చి భీమేశ్వర శ్రీమన్మహాదేవుడుకి మొక్కుబళ్ళు చెల్లించాడు దీర్ఘమూ, క్లేశదాయకమూ అయిన ఈ దండయాత్ర వలన కాకతీయుల బలము అప్రతిహతమైనదని రుజువు అయింది కాని గణపతి దేవునకు రాజ్యలాభం చెప్పతగినదేమీ కలగలేదు మాల్యవంత పర్వత పాదాల వరకూ తన రాజ్యమని రుద్రదేవుడు ప్రకటించినది ఒక విధంగా గణపతి దేవుడు సార్థకం చేశాడు ఇది యుక్తంగానే ఉంది రుద్రదేవరాజు తనకు సంతానం లేకపోవడం వలన తమ్ముని కుమారుణ్ణి కొడుకుగా చూసుకొన్నట్లు తోస్తుంది ఉప్పరపల్లి శాసనంలో గణపతి దేవుడు రుద్రదేవుని సుపుత్రుడని వ్రాశారు.

కమ్మనాడులో కొందరు తెలుగుచోడ సామంతులు సామ్రాజ్యానికి అవిధేయులుగా మారారు. ముఖ్యంగా కొణిదెనచోడులు వీరి ఆర్భాటం కట్టించడానికి జావిలి సిద్ధి అనే చోడపీరుని గణపతిదేవుడు నియోగించాడు, జావిలిసిద్ధి తిరుగుబాటుచేసిన చోళులను అణచివేసి తత్ప్రాంతానికి పాలకుడుగా గణపతిదేవునిచే నియమితు

డయాడు అద్దంకిని పాలించే చక్రనారాయణ వంశభూపతులుకూడా ఈ కాలంలోనే అనగా క్రీ. శ 1217-18 ల నాటికి కాకతీయాధిపత్యం అంగీకరించారు.

రాజనాయకుని దిగ్విజయంతో కళింగదేశ వ్యవహారాలు సమసిపోలేదు తూర్పు గాంగనృపతి మూడవరాజరాజు మరణించాడు ఆతని కుమారుడు అనంగ భీముడు (అనియంక భీమ) క్రీ శ 1211 ప్రాంతంలో రాజ్యాధికారం వహించాడు. ఇతడు తండ్రికన్న మిక్కిలి సమర్థుడవడంచేత, తండ్రికాలంలో తమకు గలిగిన పరాభవాన్ని తుడిచివెయ్యడానికి పూనుకొన్నాడు త్వరలోనే ఆతడు బలాలు సమీకరించుకొని ఆంధ్రదేశం ప్రవేశించి దాక్షారామందాకా దాడిసాగించాడు తన ఎనిమిదవ రాజ్య సంవత్సరంలో (అనగా క్రీ శ 1219 కావచ్చును) త్రయీవసుంధరను సముద్ధరించినట్లు దాక్షారామశాసనంలో ఉద్ఘోషించాడు త్రయీవసుంధర అంటే త్రికలింగము అని ఉద్దేశంగా తోచును ఇంకను క్రిందకువచ్చి వేగిమండలాన్ని కబళించాలని అతని సంకల్పము. గణపతిదేవుడు ఈ ప్రమాదం గుర్తించి ప్రతివిధానం తలపెట్టాడు కొల్లేరు సరస్సు ప్రాంతాన్ని కొలని మండలం అంటారు. ఇది వేగిదేశంలో భాగము కొలని మాండలికులు బలవంతులై కాకతీయాధికారాన్ని ఒప్పుకోపడంలేదు వీరి ముఖ్యదుర్గము కొలనుపట్టణము లేక సారసపురి జలదుర్గమవడంచేత దీన్ని జయించడం కష్టసాధ్యంగా ఉండేది. మహామండలేశ్వర కొలని కేశవదేవుడు (క్రి శ 1192-1228) సమర్థుడైన వీరుడు కొలనుమండలాన్ని ఉపేక్షిస్తే అది తూర్పుగాంగుల పరమయే ప్రమాదం కనబడడంచేత గణపతిదేవుడు వెంటనే చర్యలు ఆరంభించి మహాసమర్థుడైన ఇందులూరి సోమప్రధానిని కొలను దుర్గం జయించడానికి నియమించాడు ఇందులూరి వారి వృత్తాంతం శివయోగసారమనే గ్రంథంలో కనబడుతుంది. సోమమంత్రి వెంట ఏరువ భీముడు, కాలప నాయకుడు, మల్యాలహేమాద్రిరెడ్డి మున్నగు వీరులు ప్రస్థానభేరీ మ్రోగించుకుంటూ వెళ్ళారు కొలను కేశవ నాయకుడు యుద్ధమునందు మరణించగానే తన మార్గము సుగమమైనదని భావించి అనంగభీముడు వెంగి విజయానికి ఏర్పాట్లుచేశాడు తన సేనాని జెర్పాజకుడు అనే వానిని దాక్షారామానికి బలంతో పంపించాడు కాకతీయులకు ప్రతిగా వీరు వెలనాటి పృథ్వీశ్వరుని వంశీయులైన వారికి సహాయం చేయడానికి పూనుకొన్నారు ఏమైనప్పటికి ఇందులూరి సోమప్రధాని గాంగుల శత్రుచర్యలను, కొలనువారి పట్టుదలను అధిగమించి కొలను దుర్గాన్ని దాని వెంట వేగీదేశాన్ని సంపూర్ణంగా జయించాడు కష్ట సాధ్యమైన ఈ ప్రక్రియను జయప్రదంగా

నిర్వహించినందుకు గణపతి చక్రవర్తి మిక్కిలి సంతోషించి, ఇకముందు ఇందులూరి వారు కొలనువారుగా వ్యవహరింపబడతారని శాసించాడట కొలనునాయకుడు వేగి పాలకుడుగానియమితుడయాడు.

ఇంతలో అనంగభీమరాజు దివంగతుడవగా వాని కొడుకు మొదటి నరసింహ నవుడు తూర్పుగాంగనృపతి పదవిని అలంకరించాడు ఇతడుకూడ తండ్రినీతినే అవలంబించి వేగిదేశాన్ని రాబట్టుకోవడానికి గట్టికృషిచేసాడు. అనంత పాలుడనే తన దండనాథుని ప్రబలసైన్యంతో దక్షిణానికి పంపాడు అనంతపాలుడు విజయాలు సాధిస్తూవచ్చి, కృష్ణానదీ తీరమందలి శ్రీకాకుళాంధ్ర నాయకదేవాలయాన్ని జీర్ణోద్ధారంచేసి కంచినగరందాకా జయియాత్ర సాగించినట్లు వల్లభాభ్యుదయ ప్రబంధం చెప్తూంది గణపతిదేవుడు ఈ సమయంలో పశ్చిమాంధ్ర వ్యవహారాల్లో నిమగ్నుడై యున్నాడు అవి తీర్చుకొని గాంగనరసింహుని ఔద్ధత్యాన్ని అణచ డానికి చర్యలు ఆరంభించాడు గోదావరి ఉత్తరమునఉన్న గాంగరాజ్యభాగాల్ని జయించడానికి వ్యవస్థచేశాడు ఇప్పటి సైన్యసన్నాహానికి చాళుక్యవంశీయుడు, గణపతి దేవదివ్య శ్రీ పాదపద్మారాధకుడు, సకలసేనాధిపతి, వదసాహిణి పడికము బొప్పదేవుడు నాయకుడుగా ఉండెను ఈతని త్రిపురాంతక శాసనంలో ఇతడు గోదావరీ తీరసమర గాండివుడు అని వర్ణింపబడినాడు ఈ వ్యూహంలో రెండవ మనుమసిద్ధి తిక్కన సోమయాజి మిత్రుడు, ప్రభువుకూడా పాల్గొన్నట్లు ఆతని నందలూరు శాసనం చెబుతూంది గణపతిదేవ చక్రవర్తి సౌహార్దాన్ని ఆశించి మనుమ సిద్ధి కాకతీయుల దండయాత్రలో పాల్గొన్నాడు గోదావరిని చర్మయష్టిలో దాటి (పుట్టికావచ్చును) కాళింగులను స్వదేశాభిముఖంగా తరిమివేసినట్లు మనుమసిద్ధి శాసనం ప్రకటిస్తూంది ఈ సైన్యయాత్రలో పడికముబొప్పదేవుడు గొంటూరి నాగదేవుని సంహరించినట్లు సూచనకలదు గొంటూరినాగదేవుడు, నారాయణదేవుడు అనే వారి శాసనాలు బెజవాడ మల్లేశ్వరాలయంలో దొరుకుతున్నాయి వీరు సామ్రాజ్య విద్రోహులుగా మారి గాంగులతో చేయికలిపి యుందురు కావున బొప్పదేవుడు వీరిని శిక్షింపవలసివచ్చెను మొత్తముమీద కాకతీయ సైన్యాలు గోదావరిదాటివెళ్ళి మహాసంగ్రామంచేసి కాళింగులను స్వదేశానికి తరిమివేశాయని అంగీకరింపవచ్చును.

మనుమసిద్ధిపునఃప్రతిష్ఠ : నెల్లూరుచోడ తిక్కరాజు కుమారుడును తిక్కన నిర్వచనోత్తర రామాయణ కృతిభర్త అయిన రెండవ మనుమసిద్ధిరాజు హరు

దయ్యెను దాయాదుల కుట్రచేత రాజ్యభ్రష్టుడయాడు చోడతిక్కరాజు క్రీ శ 1248లో మరణించగా మనుమసిద్ధి రాజ్యానికి వచ్చాడు ఈతని వారసత్వాన్ని విజయగండ గోపాలుడనే మరియొక చోడవంశీయుడు ప్రతిఘటించి చెంగల్పట్టు, ఉత్తర ఆర్కాటు జిల్లాలలోని నెల్లూరు రాజ్యభాగాలను ఆక్రమించుకున్నాడు, ఈ ప్రయత్నంలో విజయగండ గోపాలునికి చోళుల యొక్కయు, హోయసలుల యొక్కయు సహాయం లభించింది కడపజిల్లాలోని మనుమసిద్ధి రాజ్యభాగాలను కలుకడ వైదుంబరాజు రక్కెసగంగన ఆక్రమించుకొని నెల్లూరివారి సేనాపతి గంగయ సాహిణిని పారద్రోలాడు మనుమసిద్ధి కష్టాలు ఇంతటిలో తీరలేదు పడిహారులు తిక్కన బయ్యన అనేవారు స్వామిద్రోహంచేసి మనుమసిద్ధిని నెల్లూరు నుంచి తరిమివేశారు ఈ విధంగా చోడతిక్కని కుమారుడు శత్రుమధ్యంలో చిక్కుకొని రాజ్యభ్రష్టుడయాడు కవి తిక్కన స్వామికార్యం నిర్వహించడానికి ఓరుగల్లువెళ్ళి గణపతిదేవుని సందర్శించి తన ప్రభువును రాజ్యంలో పునః ప్రతిష్ఠితుని చెయ్యడానికి సాహాయ్యం అర్థించాడు చక్రవర్తి దానికి సమ్మతించి సామంత భోజుడనే సేనానిని ప్రబలసైన్యంతో నెల్లూరువైపు పంపించాడు ఈ సేనాధీశుడు నెల్లూరును పట్టుకొని, స్వామి ద్రోహులైన బయ్యన తిక్కన మున్నగు వారిని సంహరించి శత్రువులకు భయం కలిగించడానికి కాబోలు ఆ పట్టణాన్ని దహించాడు. అక్కడనుండి ద్రవిడమండలం ప్రవేశించి చోళచక్రవర్తిని బందీచేసి వానినుండి గజబలం కానుకగా పుచ్చుకొన్నాడు మనుమసిద్ధియు, సామంతభోజుడున్నూ ఇంకా దక్షిణానికిపోయి తంజావూరు జిల్లాలో పళ్ళైయార్ అనే ప్రదేశంవద్ద ద్రవిడ, కర్ణాటక, విజయగండ గోపాలుల సమీకృత సైన్యవాహినిని నిశ్శేషంగా ఓడించారు విజయమండితమైన కాకతీయ సైన్యాలు వెనుకకు తిరిగివచ్చి కాంచీపురాన్ని అవలీలగా గెల్చుకున్నాయి. సామంతభోజుడి కాంచీ విజయం క్రీ శ 1250 ప్రాంతంలో జరిగింది

తరువాత కాకతీయ సైన్యాల సహాయంతో మనుమసిద్ధి కడపమండలంలో తాను పోగొట్టుకొన్న ప్రాంతాల్ని తిరిగి జయించడానికి పూనుకొన్నాడు. కలుకడ పురాధిపతి, వైదుంబుడు రక్కెస గంగన ఈ భాగాల్ని ఆక్రమించుకొన్న విషయం చదువనైనది ఇతనికీ ఉద్యమంలో జగతాపిగుత్తి (అనంతపురం జిల్లా) చోడరాజు సహాయం చేశాడు వీరిదివరలో నెల్లూరువారి సైన్యాధిపతి గంగయ సాహిణిని ఓడించి పారద్రోలారు తత్ఫలితంగా గుత్తిపాలకుడు 'గండపెండార గంగయ

సాహిణి సర్వస్వబందీకార' అని వర్ణింపబడ్డాడు స్థానభ్రంశం పొందిన గంగయ సాహిణి గణపతిదేవ చక్రవర్తి కొలువులో బాహత్తర నియోగాధిపతి పదవిలో ప్రతిష్ఠితు డయాడు గంగయ సాహిణి మున్నగువారు రక్కెసగంగను ఓడించి పారద్రోలి మనుమసిద్ధి వంశహక్కును నిలబెట్టారు ఇది క్రీ శ 1254కు కొంత ముందు జరిగి ఉంటుంది. శక 1176(1254)నాటి నామదేవ పండితుని త్రిపురాంతక శాసనంలో ఇది సూచితమయింది. నామదేవ పండితుడు గంగయ సాహిణి అమాత్య పదవి యందుండినవాడు 'రక్కెస గంగరసదిశాపట్ట' అని ఈ శాసనంలో గంగయ సాహిణికి బిరుదు వేశారు రక్కెస గంగనను జయించడంలో గంగయ సాహిణి మేనల్లుడు జన్నిగదేవుడు తన మామకు తోడ్పడినట్లు అతని కార్యకర్త యైన మెయిదేవరాజు శక 1186లో పల్నాడు కారెంపూడిలో వేయించిన శాసనంవల్ల తెలియవస్తూంది. రక్కెస గంగన వద్దనుండి జయించిన కడపజిల్లా గ్రామాలు మనుమసిద్ధి రాజ్యంలో చేరవలసి యుండెను కాని గణపతిదేవుడు ఆ ప్రాంతాన్ని తాను ఉంచుకొని గంగయ సాహిణికి వంశపారంపర్యంగా ఇచ్చివేశాడు ద్రవిడ విజయం తర్వాత అచిరకాలంలోనే విజయగండ గోపాలుడు తిరిగి కాంచీపుర ప్రాంతాన్ని వశపరచుకొని పాలించడం మొదలుపెట్టాడు. మనుమసిద్ధికి కాంచీపురం చేజారిపోయింది నెల్లూరు జిల్లాలోని గ్రామాలు మాత్రమే అతని క్రింద నిలిచాయి ఈ రాజు అదృష్టశాలికాదు త్వరలోనే ఈతడు తన చిన్న రాజ్యాన్ని, ప్రాణాలను కూడా కోల్పడే సన్నివేశం ఏర్పడింది

పాండ్యుల విజృంభణము · పైనచెప్పిన ప్రమాదము మనుమసిద్ధికే కాక దక్షిణదేశమున కంతకూ సంభవించింది. పాండ్యులు తమ అంతఃకలహాలను విస్మరించి మహాయోధుడును విజేతయూ అగు జటావర్మన్ సుందర పాండ్యుని నేతృత్వమున పదమూడవ శతాబ్ది మధ్యమున అసాధారణ బలంతో విజృంభించారు జటావర్ముడు తన యుద్ధ తంత్రముచే క్రీ 1251-57 నడుమ దక్షిణదేశం అంతా దిగ్విజయం చేశాడు. నామమాత్ర చక్రవర్తియైన చోళుడు మూడవరాజేంద్రుడు, కాడవపతియు రణకండూతిభరుడును అగు కొప్పెరుంజింగడను వీరుడును పాండ్యుల యాధిపత్యాన్ని ఒప్పుకోవలసిన వారయారు మనుమసిద్ధి రాజ్యంలోని కంచి విభాగమును దురాక్రమణచేసి ఏలుతూన్న విజయగండ గోపాలుడుకూడ జటావర్మనికి సామంతుడయాడు. ఇట్లు అడ్డమాక లేక వెనుదప్పెనవలె వస్తూన్న పాండ్యవాహినికి నెల్లూరు రాజ్యము చివరి కబళ మయింది మనుమసిద్ధికి కాకతీయుల

అండ ఉండుటచే ఆతనిని జయించడానికి సుందర పాండ్యుడు ఉపాయముతో కూడిన పథకం వేశాడు కాకతీయుల బలాన్ని చీల్చడానికై రెండువైపులనుండి సైన్యవ్యూహం విరచించాడు దీనిలో ఒక వర్గము కొప్పెరుంజింగడు, విజయగండ గోపాలుడు, రాజేంద్ర చోడుడు మొదలైనవారితో త్రిపురాంతక క్షేత్రం వైపు తరలివెళ్ళింది రెండవ సేనా వ్యూహానికి తాను స్వయముగా నాయకుడై జటా ఏర్మడు సముద్రతీరము వెంబడి సాగిపోయాడు కొప్పెరుంజింగడు మున్నగువారు త్రిపురాంతకం వైపున కొంత అలజడి కలిగించారు కొప్పెరుంజింగడు సాహసికుడై ముందుకు చొచ్చుకుపోయి దాక్షారామం వరకూ వెళ్ళి కాకతీయుల ప్రత్యర్థులైన కాళింగులతో చేతులు కలపడానికి పన్నాగం వేశాడు కాని ప్రధాన సైన్యాలనుంచి సుదూరం రావడంచేత కాబోలు కాకతీయ సేనానులకు ఓడిపోయి గణపతి దేవునికి లొంగిపోయాడు ఈ మడుకుయోధుని మంచిచేసుకోడానికి కాబోలు గణపతిదేవుడు వీనికి 'విరపాదముద్ర' బహూకరించాడట విజయగండ గోపాలుడు మున్నగువారు ముందుకు సాగలేక తిరోగమనంచేశారు

ఇంతటితో పాండ్యులవలని ప్రమాదంతొలగిపోలేదు వ్యూహజ్ఞుడైన జటావర్మన్ సుందర పాండ్యుడు కాకతీయసేనలు కొప్పెరుంజింగనితో చిక్కుకొనిఉన్న సమయాన సముద్రతీరం వెంబడిసాగిపోయి నెల్లూరురాజ్యంపై పడినాడు సామ్రాజ్య సైన్యాలు విభక్తమవడంచేత కాబోలు ఈ దిక్కున తగినంత బలము లేకుండెను అయినను మనుమసిద్ధి ఏకాకిగాలేడు పరిమితమైన కాకతీయ సైన్యమునూ వారికి బాసటగావచ్చిన ఆర్యదళములునూ (సెవణులు) ఆతనికి రక్షణగా ఉండెను గణపతి దేవుని కాలమున దేవగిరి యాదవులతో సంబంధములు మొత్తముమీద సఖ్యతతో కూడి యుండెను చోడ తిక్కరాజుకు సేవణులతో కురుమలూరువద్ద జరిగిన సంగ్రామమునతప్ప కాకతీయులకు సేవణులతో ప్రత్యక్ష వైరములు లేకుండెను సామంతభోజుని కంచి ఏకామ్రనాథ ఆలయశాసనంలో (క్రీ శ 1250) ఒక శ్లోకమున్నది యదుదయచేతో రింఖణః సింఘణో యచ్చ్రటులసుభట ధాటీద త్తభఃగః కలింగః- ఎవని (గణపతి దేవునియొక్క)ఉదయంచేత సింఘణునికి మనస్సు ఆదిరిపడిందో, ఎవనిభటులదాడిచేత కలింగనృపతికి భంగము కలిగెనో అని దీని యర్థము ఇక్కడ సింఘణుడనగా దేవగిరిరాజు (క్రీ శ 1210-47) గణపతికిని సింఘణ భూపతికిని ప్రత్యక్షసంఘర్షణ జరిగిన సూచనలులేవు చోడ తిక్కని పక్షమున కాకతీయ సైన్యముల విజృంభణమే దీనికి మూలమనవలెను గణపతిదేవుడు కళింగ

నృపతులతో తలపడినది సువిదితమే దక్షిణదేశంలో పాండ్యుల ఆక్రాంతతాండవము చూసి దేవగిరివారుకూడా ప్రమాదము శంకించి వారి యుద్ధతిని అరికట్టడానికి గణపతి దేవునితో సహకరించినట్లు కనబడుతుంది ఇట్లుకూడిన కాకతీయ, ఆర్య, నెల్లూరు బలాలు సాగర సమీపమునఉన్న ముత్తుకూరు గ్రామంవద్ద పాండ్య సేనా సముద్రంతో భయంకర సంగ్రామంచేశాయి. దైవదుర్విపాకంచేత మిత్ర సైన్యాలు జటావర్మసిదాడికి నిలువలేక పారిపోయినవి మనుమసిద్ధి వీరోచిత మరణం పొందినట్లు ఊహింపబడింది. పారిపోతూన్న శత్రుసైన్యాల్ని కృష్ణానదీతీరంవరకూ తరిమివేసి అసంఖ్యాకుల్ని సంహరించినట్లు పాండ్య శాసనాలు ప్రకటిస్తున్నాయి. విజయ శోభితుడైన జటావర్మడు నెల్లూరులోను, కాంచీనగరంలోనూ వీరాభిషేక గౌరవం అనుభవించాడు. కాకతీయనాణాలమీద తన ముద్ర వేయించి చలామణీ చేయించాడు. జటావర్మడు నెల్లూరురాజ్యాన్ని వీరగండ గోపాలుని (రెండవమనుమసిద్ధి) సోదరులకు ఇచ్చివేసి తనకు సామంతులుగా ఉండేటట్లు కట్టడిచేశాడు. ముత్తుకూరు యుద్ధము క్రీ శ 1263 ప్రాంతంలో జరిగింది

ఇప్పటికి గణపతి దేవుడు వృద్ధుడై రాజకీయాలనుండి విరమించాడు ఆయన కుమార్తె రుద్రమదేవి రాజ్యవ్యవహారాలు చేపట్టింది ఈయమ్మ అంతకు కొన్ని సంవత్సరాలముందే తండ్రికి రాజ్యనిర్వహణలో చేదోడువాదోడుగా ఉండెడిది. గణపతిదేవుడు నిత్యవ్యవహారాలనుండి విరమించినా కుమార్తెకు రాజరికంలో సలహాలిస్తూ క్రీ.శ 1268వరకూ జీవించియున్నట్లు కనబడుతుంది. ఈయనకు ఇద్దరు కుమార్తెలు మాత్రముండిరి రుద్రమ్మ, గణపమ్మ వీరిలో రుద్రమాంబను నిడుదవోలు చాళుక్యవంశీయుడైన వీరభద్రునకు పెండ్లిచేసిరి ఈ యంశము శక 1181 (1259) నాటి పశ్చిమ గోదావరిజిల్లా జుత్తిగ సోమేశ్వరాలయ శాసనమునందును క్రీ శ 1279 నాటి కొలనుపాక శాసనమునందునూ ప్రస్తావింపబడినది గణపాంబను కోట బేతరాజునకు పెండ్లిచేసిరి తనకు పుత్రసంతానము కలుగదని తెలిసి నప్పటినుండియు గణపతిదేవుడు రుద్రమాంబనే సామ్రాజ్య ఉత్తరాధికారిగా నిర్ణయించి, పురుషునకువలె సర్వవిద్యలు ఆమెకు నేర్పించెను. రుద్రమదేవి పరిపాలితయై పురుష వేషధారిణియై రుద్రదేవరాజు అను నభిషిక్త నామము వహించెను చక్రవర్తి జీవించి యుండగనే ఆమె పట్టాభిషిక్తురాలయ్యెను

గణపతిదేవుని ఘనత .- ఆంధ్రదేశము నేలిన రాజన్యులలో గణపతిదేవుడు [illegible] ఈయన కాలమున ఆంధ్రరాజ్యముగంజాము జిల్లాలోని ఆస్కా

నుండి దక్షిణమున నెల్లూరు ఇంకా క్రిందకును, తూర్పున సముద్రమువరకును పశ్చిమమున ఇప్పటి మైసూరు రాజ్యసరిహద్దులవరకునూ వ్యాపించి తెలుగు మాట్లాడు వారందరినీ ఒక్క ముడిముడిలో, ఒక్క భావబంధములో పొదిగినది ఆంధ్రత్వమను భావము ఈ నాటినుండీ సమారూఢమైనది రాజ్యమేలిన 62 సంవత్సరములలోనూ ఈచక్రవర్తి పరాజయమన్నది ఎరుగడు పాండ్యులతో అయిన సంగరము తప్ప. రాజ్యాన్ని సంపాదించడంలోనేకాక దానికి సువ్యవస్థ ఏర్పరచి రాజన్వంతము చేయుటలోనే గణపతి దేవుని ఘనత ప్రకటితమవుతూంది తనపెదతండ్రియైన రుద్రదేవుడు ఆరంభించిన ఏకశిలానగర దుర్గనిర్మాణాన్ని ఈయన పూర్తిచేశాడు. రాతికోట మట్టికోట ఈయనకాలంలో నిర్మాణం అయాయని చెప్పతారు ఈ కోటకు 72 బురుజులుండేవని ఒక్కొక్క బురుజు రక్షణ ఒకనాయకుని అధీనంలో ఉండేదని తెలుస్తుంది గణపతి దేవుని ప్రసిద్ధ సేనానుల విషయం చదివి ఉన్నాం, చేవర్ణ రుద్రారెడ్డి, రాజనాయకుడు, జాయపసేనాని, ఇందులూరి పెద సోమయమంత్రి, దోచివంశీయుడు సామంతభోజుడు మొదలైన మహావీరు లెందరో ఈయన కార్యనిర్వాహణచేస్తూ ఉండేవారు ఆ కాలంలో సైనిక ఉద్యోగివర్గము (military), కేవల సామాన్యపరిపాలన (civil) ఉద్యోగివర్గము అంటూ రెండు ఉద్యోగి వర్గాలు ఉన్నట్లు కన్పించదు సమర్థులైన వారందరూ ఖడ్గంపట్టవలసిందే కలంనడపవలసిందే అందుచేత మంత్రులనీ, సేనానులనీ వేరు చేయడానికి వీలులేదు వారే ప్రధానులు, వారేదండనాధులు చాలవరకు ఇట్లే ఉండేది ఎక్కడైనా కొంచెం వ్యత్యక్రమం ఉంటే ఉండవచ్చు పైన చెప్పిన యోధాగ్రణులంతా పర్యాయంగా మహాప్రధానులనబడేవారు వారిని ఆయా ప్రాంతాలకు పరిపాలకులుగాకూడ నియమించే ఆచారం ఉండేది ఇందులూరి సోమయమంత్రి ఏకశిలానగర ప్రాగ్ద్వారానికి అవతల ఉండే దేశానికంతకీ సేనానాయకుడూ, పరిపాలకుడూకూడ.

గణపతిదేవుని రాజ్యవిశేషాలు కొన్ని పూర్వకథనాల్లో దొరుకుతాయి. ఆయన రాజ్యవ్యవస్థ చక్కజేయతలచి బ్రాహ్మణవర్గమువారిని ఆహ్వానించి పరిపాలనా బాధ్యత స్వీకరించమన్నాడట. వర్ణధర్మాన్నిబట్టి ఇది తమకు తగదని వారు విన్నవింపగా చక్రవర్తి ఇతర వర్ణ వీరులను ఆహ్వానించి వారివారి కుచితమైన నాయకత్వాలు ప్రసాదించాడట దీనిచేత సర్వవర్ణాలవారూ ఆయన పరిపాలనా వ్యవస్థతో సంతృప్తిపడ్డారు సిద్ధేశ్వర చరిత్ర మొదలైన గ్రంథాల్లో గణపతిదేవునకు కళంకం ఆపాదించే ఒక అంశము ప్రస్తావింపబడింది తిక్కన సోమయాజి ప్రేరణచే

ఈయన జైనుల్ని గానుగలలో పెట్టి తిప్పించి చంపించాడని ఒకకథ వ్రాయబడింది ఇది చరిత్ర విరుద్ధమగుటచే సత్యముగా తోపదు కాకతీయులు మొదటి ప్రోలరాజు కాలంనుండీ శైవమత ప్రీతికలవారయినా వారు అన్యమతస్థులను హింసించిన సూచనలులేవు రెండవ బేతరాజు రెండవ ప్రోలరాజు జైనులను తమవద్ద మంత్రి దండనాథులుగ ఉంచుకొనిరి ప్రోలుడు జినబసతికి భూదానంచేశాడు ఈ వంశము వారెప్పుడూ మత సంబంధమైన అసహనంచూపిన నిదర్శనాలులేవు ఈ గ్రంథాలే గణపతిదేవుని న్యాయబుద్ధిని ప్రశంసిస్తూ ఒక వృత్తాంతం వ్రాశాయి గుండ బ్రహ్మయ అనే జంగమ భక్తుడు తనుచేసిన ప్రతిజ్ఞమేరకు ఒక చోరునికి ఆశ్రయ మిచ్చాడు వానిని విడుచుటకు చక్రవర్తి ప్రార్థనను మన్నించలేదు ధర్మరక్షణ తత్పరుడైన గణపతి దేవుడు తాను శైవుడయ్యీ గుండ బ్రహ్మయ్యను కొరత వేయించాడట.

దేశఆర్థిక జీవనాన్ని పెంపొందించడానికి గణపతిదేవుడు పెక్కు చర్యలు తీసుకొన్నట్లు సూచనలు లభిస్తున్నాయి వ్యవసాయాభివృద్ధికై పెద్దవీ చిన్నవీ చెరువులు త్రవ్వించడం ఈ యుగంలో సదాచారము తెలంగాణంలో మిక్కిలి ప్రసిద్ధమైన పాఖాల చెరువు గణపతిదేవుని కాలంలోనో తత్పూర్వ కాలంలోనో నిర్మాణం అయి ఉంటుంది గణపతి సేనాధీశుడు బయ్యన నాయకుని కుమారుడు జగదాళమమ్మడి శాసనము పాఖాల చెరువుపై ఉన్నది చక్రవర్తి సోదరి నతవాటి రుద్రుని భార్య మేలాంబిక బయ్యారమువద్ద ధర్మకీర్తి మైలమ సముద్రమను పెద్ద చెరువు త్రవ్వించింది రేచెర్లరుద్రసేనాని రామప్ప (పాలంపేట) దేవాలయ శాసనంలో ఒకపెద్ద తటాకము ఏర్పరచినట్లు చెప్పనైనది ఇది ఇప్పుడు కూడ కనిపించే రామప్ప చెరువు కావచ్చును కాకతీయుల సామంతులు ఉద్యోగులు వేయించిన జలాశయములు అసంఖ్యాకములు వాణిజ్యాభివృద్ధిచేసి ప్రజల సంపదను పెంచడానికి కూడా గణపతిదేవుడు కృషిచేసి ఉంటాడు. వస్తువులమీద ఎంతెంత పన్నులు చెల్లించాలో చూపిస్తూ పెద్దవర్తక స్థానాల్లో, ముఖ్యంగా సంతలు జరిగే ప్రదేశాల్లో రాజశాసనాలు వేయించడం ఆనాటి ఆచారము, అంతర్దేశీయ వర్తకమునే కాక విదేశవాణిజ్యాన్ని ప్రోత్సహించడానికి గణపతిదేవుడు తైకొన్నచర్యలు అతని దూరదృష్టిని ప్రదర్శిస్తున్నవి తూర్పు సముద్ర తీరమందలి మోటుపల్లిరేవు పూర్వ యుగంలో ప్రసిద్ధ నౌకాస్థానము గణపతి కాలానికి ఇది నిఖస్తుపడింది ఆదివొంగల భయంచేతనూ, మోటుపల్లి సమీపమందలి చిన్నచిన్న రాజులు దౌర్జన్య

పరులై విదేశీవర్తకులమీద ఎక్కువ పన్నులువేసి బాధించడంచేతనూ ఈ రేవు స్థానము పాడరిఉండింది. చక్రవర్తి దీని ప్రాముఖ్యాన్ని గుర్తించి మోటుపల్లిరేవు తిరిగి ఉపయోగంలోకి రావడానికి అవసరమైన చర్యలన్నీ అజ్ఞాపించాడు. ఇక్కడ వ్యాపారం చెయ్యడానికి వచ్చే విదేశ వర్తకులమీద అత్యధిక పన్నులు వెయ్యబడవనీ, సరసమైన సుంకాలు మాత్రమే వసూలు చేస్తామనీ, పరదేశీ వర్తకుల ప్రాణాలకు ఆస్తులకూ రక్షణ కల్పిస్తామనీ, నౌకాభంగంచేత నష్టపడినవారి సరకులు ఉత్ప్రవర్తి వారికి అప్పగిస్తామని, ఇత్యాది హామీలతో మోటుపల్లిలో శాసనం వెయింపడం జరిగింది దీనివలన విదేశవాణిజ్యం పునరుద్ధరింపబడి దేశఆర్థిక సౌభాగ్యానికి దారి తీసింది

ఆనాటి సాంఘిక ప్రయోజన శ్రద్ధను చూపెట్టడానికి మల్కాపుర శాసనాన్ని ఉదాహరణగా చెప్పవచ్చును విశ్వేశ్వర శివదేశికుడు గణపతిదేవుని శైవదీక్షా గురువు ఈ గురు పరంపర వారు ఉత్తరాది నున్న దహాల మండలాన్నుంచి వచ్చారు. వీరు గోళకీ మఠములను శైవ స్థానాలను ఏర్పాటు చేసినవారు మహా విద్వాంసులు నిష్ఠాపరులు, చక్రవర్తి తన గురువునకు వెలనాటియందు కృష్ణకు దక్షిణమున ఉన్న కంద్రవాటి విషయంలో మందడమనే గ్రామం ఇచ్చాడు. రుద్రమదేవి ఇచ్చటి గోళకీ మఠానికే వెలగపూడి అనే గ్రామాన్ని సమర్పించింది విశ్వేశ్వరదేశికులు ఇచ్చటి శైవసంస్థానం ఏర్పరచి ఆయా వృత్తుల వారికి వసతులు కల్పించాడు ముఖ్యంగా మనము గమనింపవలసినది ఈ శాసనంలో విద్యావిష యికంగాను, ఆరోగ్యవిషయికంగాను చేసిన వ్యవస్థ బ్రాహ్మణులకు వృత్తులిచ్చిన మీదట మిగిలిన భూమిని విద్యార్థులకును, శుద్ధశైవ మఠమునకును, ప్రసూతారోగ్య శాలలకును వంచి యిచ్చెను విద్యార్థులకు వేదత్రయము చెప్పవారు ముగ్గురును, సాహిత్యాగమములు చెప్పవారు ఏడుగురును, ఒక వైద్యుడును, లెక్కలు వ్రాయు టకై కాయస్థుడును ఏర్పాటు చేయబడిరి శ్రేయోరాజ్య లక్షణములు గణపతిదేవుని కాలముననే అభ్యస్తములై యుండెననుటకే శాసనము చాలును

రుద్రమదేవి (1259-95)

రాజ్ఞి రుద్రమదేవిని గూర్చి వ్రాస్తూ ప్రసిద్ధ చరిత్రకారులు మల్లంపల్లి సోమశేఖరశర్మగారు, డాక్టరు నేలటూరు వెంకటరమణయ్యగారు ఇట్లా అభి

భాషించారు "ఆంధ్రదేశ పరిపాలకులలో రుద్రమదేవి నిస్సందేహంగా మహోన్నత చెందిన వ్యక్తి. ఆమె స్త్రీయయ్యూ స్త్రీలకుండే ఇబ్బందుల్ని తానాక్రమించిన మహోన్నత స్థానమునకు సంబంధించిన విధులను నిర్వర్తించడంలో ఎంత మాత్రము అడ్డురానీయలేదు. రాజధర్మ విధులను ఆమె నిర్వహించిన తీరువలన తండ్రి యామెకు ప్రసాదించిన పురుషనామము-రుద్రదేవుడు-అన్ని విధములా సార్థకమైనది. దేశపరిపాలనలో ఆమె చైతన్యవంతమైన పాత్ర వహించింది. పురుషవేషముతో నిత్యము రాజదర్బారును అధిష్ఠించింది. విదేశరాయబారులకు దర్శనం ఇచ్చింది. చారుల వార్తలను ఆలకించింది. అమాత్యులతోను దండనాథులతోను సంప్రతింపులు కావించింది. రాష్ట్రాభివృద్ధికి అవసరమైన సలహాలు, ఆజ్ఞలు వారికి అందజేసింది. అవసరమని తోచిన సందర్భములలో ఖడ్గధారిణియై రణాంగణమును స్వీకరించుటకు ఆమె వెనుదీయలేదు. సైన్యాల్ని శత్రుముఖంగా నడిపింది. ఆమె ధైర్య సాహసములు విక్రమము కల యోధురాలు అవడమేకాక గొప్ప వ్యూహతంత్రజ్ఞురాలు. సేనా నాయకురాలుగా ఆమె అమోఘంగా విరాజిల్లింది. ముఖ్యంగా సేవణులరాజు మహాదేవుడు స్త్రీ మాత్రురాలినిగా ఆమెను భావించి ఓరుగల్లుమీదికి దండెత్తి వచ్చినప్పుడు రుద్రమదేవి ఆ ప్రగల్భానికి మంచి గుణపాఠం నేర్పింది. ఆమె రాజరికం చేసిన కాలంలో తరుచు యుద్ధముల అలజడి కలిగినా ఆమె ప్రజలు సంతుష్టులును సంప్రీతులును అయి సుఖించారు" రుద్రమదేవిని గూర్చి చేసిన ఈ ప్రశంస సర్వథా ఉచితంగా ఉంది.

రుద్రమదేవి గణపతిదేవుని కుమార్తె అని కోటగిరి శాసనమువంటి లేఖనములలో నిశ్చితంగా తెలుస్తూంది. ఈవిడ తల్లి పేరు శాసనాల్లో చెప్పబడలేదు గాని ప్రతాపరుద్ర యశోభూషణ గ్రంథము ఆధారముగా రుద్రమ్మ తల్లి సోమదేవి అని చిలుకూరి వీరభద్రరావు పంతులుగారు ఊహించారు. రుద్రమదేవి నిడుదవోలు చాళుక్య వంశీయుడైన వీరభద్ర నృపతిని పెండ్లాడింది. ఇందు శేఖరరాజు, ఉదయాంబ అనేవారు రుద్రమదేవి మామగారు అత్తగారు అని చెప్పదగి ఉన్నది. చాళుక్య వీరభద్రునకు తెలంగాణంలోని కొలనుపాక ప్రాంతాన్ని అరణంగా ఇచ్చారేమో అని అస్పష్టంగా తోస్తుంది. క్రీ శ 1279 నాటి కొలనుపాక శాసనంలో చాళుక్య ఇందుశేఖరరాజు అనుచరుడు ఒక దానం చేసినట్లు చెప్పబడింది. రుద్రమదేవి మామగారుగా కాక చాళుక్య ఇందు శేఖరుడికి తెలంగాణంలో ప్రసక్తిలేదు. విధి ప్రాతికూల్యంచేత రుద్రమదేవి భర్త చాళుక్య వీరభద్రుడు క్రీ శ. 1266

నాటికే మృతిచెందినట్లు ఆయన తల్లి ఉదయమహాదేవి పాలకొల్లు శాసనంవల్ల ఊహింపనైనది. తన కుమారుడు వీరభద్రుని పుణ్యమునకై ఆమె క్షీరారామేశ్వరు నకు అఖండ దీపదానం చేసింది. భర్తృమరణానికి సమీపకాలంలోనే రుద్రమదేవికి మరొక తీరని దుఃఖం కలిగింది వృద్ధుడైన గణపతిదేవ చక్రవర్తి క్రీ. శ. 1268-69 ప్రాంతంలో శివసాయుజ్యం చెంది ఆమెకు నిస్సహాయురాల్ని చేశాడు. ఈ రెండు దుఃఖాలు భరించలేక రుద్రమ్మ తాను మరణించాలని ప్రయత్నం చేసిందనీ కాని వయోధికులైన మంత్రులు ఆమెను వారించి మనుమనికోసమైనా జీవించమని ఉపబో ధించారనీ పూర్వకథనములు వాకొంటున్నాయి ఇది నిజమే కావచ్చును ఆ మనుమడే ఉత్తరోత్తరా సామ్రాజ్యాధిపతియైన ప్రతాపరుద్రుడు రుద్రమదేవికి ఈ దౌహిత్రుడంటే ప్రాణము ప్రతాపరుద్రుడు క్రీ. శ 1254 ఆనంద సంవత్సరంలో జన్మించినట్లు కొన్ని ఆధారాలవలన చెప్పవలను పడుతూంది గణపతిదేవుని ఆజ్ఞచే ఈ బాలునే భవిష్యచ్చక్రవర్తిగా రుద్రమదేవి స్వీకరించింది. రుద్రమదేవికి పురుష సంతానము లేదు ముమ్మడమ్మ, రుయ్యమ్మ అను ఇద్దరు కుమార్తెలు కలరు పెద్దకూతురైన ముమ్మడమ్మ కొడుకే ప్రతాపరుద్రుడు. ఈయన తండ్రి మహాదేవుడు. మహాదేవుని గుర్తించుట సాధ్యము కాలేదు మల్కాపుర శాసనం నాటికే బాలుడైన ప్రతాపరుద్రుడు వినవస్తున్నాడు. రుద్రమదేవి రెండవ కుమార్తె యైన రుయ్యమ్మ ఇందులూరి అన్నయదేవుని చేపట్టింది

రుద్రమాంబ క్రీ. శ 1261 ప్రాంతంనుంచీ స్వతంత్రంగా పరిపాలించినట్లు కనబడుతుంది అంతకుముందే కొన్ని సంవత్సరాలనుండి ఆమె తండ్రికి ఆసరాగా రాజ్యవ్యవహారాలు చూసేది కొన్ని శాసనాల్లో రుద్రమదేవి క్రీ. శ 12[illegible] వరకు పట్టాభిషిక్తురాలు కాలేదేమో అనే భావం కలిగించే వ్రాతలున్నాయి అనగా రాజరికం ఇంకా గణపతి దేవునిపేరనే సాగుతున్నదన్నమాట రుద్రమదేవి సామంతుడు కాయస్థ జన్నిగదేవుని శక 1191 పల్నాడు దుగ్గిశాసనంలో ఈమె గణపతిదేవుని 'పట్ట ధృతి' అని వ్యవహరింపబడింది. అనగా చక్రవర్తిత్వానికి నియామకం చేయబడిన వ్యక్తి అనుట ఏదిఏమైనా గణపతివుడు నామమాత్రంగా చక్రవర్తి అయినా సామ్రాజ్య శాసనము అంతా రుద్రమదేవియే నిర్వహిస్తూం దనడంలో విప్రతిపత్తి లేదు. ఈమె రాజ్యారంభంతో సామ్రాజ్య నౌక పెద్ద తుపానులో చిక్కుకొని సంకుల మయింది ఇది జటావర్మ సుందర పాండ్యుని విజయదండయాత్ర - ముత్తుకూరు యుద్ధము కాకతీయులు ఓటమి చెందినారు.

రాజ్యము ప్రమాదంలో పడింది ఈ యదనుచూసుకొని సామ్రాజ్యపు అంతశ్శత్రువులు తమ విప్లవ జెండాలు ఎగరవేయడం మొదలుపెట్టారు రుద్రమదేవి సవతి సోదరులు హరిహరదేవుడు మురారిదేవుడు అనేవారు నారీమణియైన ఆమె పాలనమును అంగీకరింపక తిరుగుబాటు చేశారట. ఆమె దేవతాదర్శనానికై మొగిలిచర్ల వెళ్ళగా ఈ సోదరులు ఓరుగల్లుకోటలో ప్రవేశించి దుర్గ ద్వారాలు మూయించి ఆమెను రాకుండా చెయ్యవలెనని యత్నించారు రుద్రమదేవి ధైర్యం కోలుపోక విశ్వాస పాత్రులైన సేనానుల సహాయం పొంది ఓరుగల్లు పౌరులను తనకు అనుకూలంగా చేసుకొని దుర్గాన్ని తిరిగి స్వాధీనం చేసుకుంది. తిరుగుబాటు దారులను నిర్దయగా శిక్షించి అటువంటి వారికి భయభ్రాంతులు కల్పించింది. ఆపత్సమయంలో ఆమెకు ప్రశస్తమైన సేవచేసినవీరుడు రేచెర్ల ప్రసాదిత్యనాయుడు వీరు పద్మనాయకుడు ఇప్పటినుండీ సామ్రాజ్య వ్యవహారాల్లో పద్మనాయకుల ప్రాభవం ఎక్కువయింది రాణిని నిలబెట్టిన ఉత్తమ సేవకై ప్రసాదిత్యనాయుడు కాకతిరాజ్య స్థాపనాచార్య, రాయపితామహాంక మొదలైన బిరుదులు పొందాడు. రుద్రమదేవికి విపత్సహాయం చేసినవారు ఇతరులు కూడా ఉన్నట్లు కనబడుతుంది. మహాప్రధాన కన్నరనాయకుడు, మహాప్రధాన గణపద్దేవ మహారాజులు, నిశ్శంక మల్ల మల్లికార్జున నాయకుడు మొదలైనవారు కూడా రాయస్థాపనాచార్య బిరుదు వహించినవారే వీరుకూడా రుద్రమాంబ రాజ్యస్థిరీకరణలో ముఖ్యపాత్ర వహించారని చెప్పవచ్చును

అంతశ్శత్రువర్గాన్ని రూపుమాపి కొంచెం ఊపిరితీసుకొనే లోపులోనే పరరాజ్య శత్రువులు రుద్రమదేవి మీదికి అకారణంగా లంఘించారు ఇంతకూ ఆమె అబల అవడంచేత ఆమెను అవలీలగా జయించవచ్చుననే ఒక దుర్భ్రమ వారందరినీ ఆవరించింది. పరరాజ్య శత్రువులలో చెప్పదగినవారు తూర్పు గాంగనరపతులు, పాండ్యులు. దేవగిరి సేవణులు గాంగభూపతి మొదటి నరసింహదేవుడు క్రీ శ 1257-8 మధ్య జరిగిన గోదావరి సంగ్రామములో ఓడిమరలి పోయిననూ రుద్రమదేవి రాజ్యారంభ కాలంలోని కల్లోలాలచేత ప్రేరితుడై తానిదివరలో పోగొట్టుకొన్న త్రికలింగదేశ భాగాలను తిరిగి ఆక్రమించుకొన్నట్లు క్రీ. శ. 1262 నాటి అతని దాక్షారామశాసనం సూచిస్తూంది 1278 ప్రాంతాన కాని కాకతీయుల శాసనాలు ఈ ప్రదేశంలో కనబడక పోవడంచేత ఈ నడిమికాలంలో రుద్రమదేవి అధికారం గోదావరికుత్తరాన సంశయాస్పదంగా

ఉంది అట్లాగే వేగిదేశంలో కూడా రుద్రమదేవి అధికారాన్ని సూచించే శాసనాలు క్రీ శ 1274 దాకా కనబడడంలేదు ఇక్కడ పరిపాలించే నిడుదవోలు చాళుక్యులు, కోనహైహయులు స్వతంత్రులైనట్లు శాసనాలు వేయించారు చాళుక్యులు ఆ రాజ్ఞియొక్క అత్తింటివారు కనుక వారి విషయంలో ఆమె కొంత ఉపేక్షవహించి యుండవచ్చును కోన హైహయులు నిడుదవోలు చాళుక్యుల సన్నిహిత బంధువులు ఇది యిట్లుండ గాంగరాజు నరసింహదేవుని కొడుకు మొదటి గజపతి వీరభానుదేవుడూ, ఒడ్డాది మత్స్యరాజు అర్జునదేవుడూ కలిసి కాకతీయరాజ్యం మీద దండెత్తి వచ్చారు కారణం అంతగా తెలియదు రుద్రమ దేవి ఈమాటు ఉపేక్ష వహించక సమర్థులైన ఇద్దరు సేనాపతులను - నల్లపనాయకుని కొడుకులు పోతినాయకుడు, పోలినాయకుడు అనే వారిని - బలీయమైన సైన్యంతో గాంగనృపతి దురాక్రమణను అరికట్టడానికి ప్రస్థానంచేయించింది. ఈ సోదరులు గోదావరీ తీరంలో ఒకచోట గాంగులను మాత్స్యులను చిత్తుగా ఓడించి తరిమివేసి, 'గజపతి మత్తమాతంగ సింహ' 'ఒడ్డియరాయ మానమర్దన' బిరుదులు సగర్వంగా వహించారు దీని తరువాత రుద్రమదేవి రాజ్యాంతందాకా గోదావరి ఉత్తరాన కాకతీయాధికారం నిరాటంకంగా చెల్లినట్లు క్రీ. శ 1298 నాటి ఇందులూరి అన్నయమంత్రి దాక్షారామశాసనంవల్ల నిరూపిత మవుతుంది

సామ్రాజ్య దక్షిణ భాగంలోకూడా కాకతీయాధికారానికి ఎన్నో విరోధాలు ఏర్పడ్డాయి. నెల్లూరి వారు కాకతీయ సామంతులు. ముత్తుకూరు యుద్ధంలో రెండవ మనుమసిద్ధి మరణించినప్పటినుండీ ఇక్కడి వ్యవహారాలు అస్తవ్యస్తం అయాయి జటావర్మసుందర పాండ్యునిబలంతో చోళచక్రవర్తి వీరరాజేంద్రుడు నెల్లూరు ఆక్రమించుకున్నాడు. కడపజిల్లాలో నందలూరు మొదలైనచోట్ల జటావర్మవి శాసనాలు కనబడుతూండడంచేత ఈ భాగంకూడా అతని వశమైయుండని భావించాలి. కాకతీయులకు కలిగిన ఓటమిచే ధైర్యంవహించి కలుకడ వైదుంబరాజులు కేశవ దేవుడు, మురారి సోమిదేవుడు పాండ్యుల ఛత్రచ్ఛాయనుచేరి రుద్రమదేవి అధికారాన్ని ధిక్కరించి స్వతంత్రులయారు ఈ విధంగా చిత్తూరుజిల్లా ప్రాంతం చెయిజారిపోయింది దీనికితోడు కలుకడరాజులు కాకతీయ సామంతులైన కాయస్థ జన్నిగదేవ, త్రిపురారిదేవులను పారద్రోలి కడపజిల్లాలో వారి పరిపాలనా ప్రాంతా లను ముఖ్యపట్టణమైన వల్లూరుతోసహా ఆక్రమించుకొని విజృంభించారు కాయస్థ

అంబదేవుడు అధికారంలోకివచ్చేదాకా (క్రి శ. 1272) కేశవదేవ, మురారిదేవుల విజృంభణసాగింది

సేవణ విజయము .- పాండ్య, కళింగ సమస్యలకన్న అధికముగా కాకతీయ రాజ్యాన్ని అలజడివరచినది దేవగిరి యాదవుల దురాక్రమణ ప్రయత్నము ఓరుగల్లు సింహాసనముపై ఒక అబలా రత్నము ఆసీనురాలైనదని దేవగిరిరాజు మహా దేవుడు (క్రీ. శ 1260-70) కాకతీయ విజయమునకు ఉవ్విళ్ళూరినాడు ఈయన బిరుదుల్లో 'తెలుగురాయశిరఃకమల మూలోత్పాటన' అనేవర్ణన కనబడుతుంది ఇది వాస్తవంగా వంశపరంపరగావచ్చిన బిరుదుకాని ఈతడు సంహరించిన ఆంధ్రా ధీశుడెవరునులేరు సులభ విజయాపేక్షతో సేవణ సైన్యములు ఓరుగల్లుదాకా చొచ్చుకువచ్చి దుర్గాన్నిముట్టడించాయి వీరనారి అయిన రుద్రమదేవి వెరపుగొనక 15 దినములు ముట్టడి దారులతో హోరాహోరి సమరము నడపినది ఇంకలాభము లేదని మహాదేవరాజు ముట్టడివాలించి దేవగిరి మార్గము పట్టాడు. కాకతీయ సేనానులు వారిని వదలక తరుముచు గోదావరిదాటిపోయి దేవగిరినే ముట్టడివేసినట్లు పూర్వ కథానకములు వర్ణిస్తున్నాయి రుద్రమదేవి పరాక్రమాన్ని అధిగమించలేక మహా దేవరాజు పెద్దయెత్తున నష్టపరిహారద్రవ్యం చెల్లించి సంధిచేసుకొన్నాడు. వితరణ శీలురాలైన ఆ రాజ్ఞి యాదవులనుండివచ్చిన ధనాన్ని తన సైనికులకు పంచిపెట్టినదట యాదవదురాక్రమణ యత్నము, తత్పరాజయము సూచించు కొన్ని స్థిరమైన నిదర్శనాలు ఉన్నాయి బీదరుదుర్గంలో రుద్రమదేవినాటి శాసనశిల కనబడింది (H A S No 31-page 61) కాకతీయ వాహినులు దేవగిరిపై విజయం సాధించి మరలివచ్చేటప్పుడు బీదరుమార్గంగావచ్చాయని ఊహించడానికి వీలు కలుగుతూంది. శాసనంలో రుద్రమదేవినామము ప్రత్యక్షంగా కనబడడంలేదు. శిలాభాగం కొంత విరిగిపోయింది కాకతీయ రుద్రదేవుడు, మహాదేవుడిపేర్లు ఉన్నాయి నవలక్ష సేనాధిపతులని కలదు నవలక్షధనుర్ధరాధిపతి అని ప్రతాప రుద్రుని బిరుదు రెండవది మహారాష్ట్రుడైన సారంగపాణిదేవుడు రుద్రమదేవి సామంతుడై పానుగల్లు ప్రాంతమున ఉండెను క్రి. శ 1267 నాటి ఈతని శాసనము ఛాయా సోమేశ్వరాలయమునకలదు ఈతడు యాదవ సింఘణుని కుమారుడు. మహాదేవుని తండ్రియని చారిత్రకులు మూడవది కృష్ణాజిల్లాకైకలూరు తాలూకా రాచపట్నం గ్రామంలో యాదవనామెములుగల నిక్షేపము దొరికింది ఈ నిక్షేపాన్ని బట్టి దేవగిరి యాదవులు తీరాంధ్రదేశంలో కొంతకాలం పరిపాలనచేసి ఉంటారని

కొందరు విపరీతాన్వయంచేశారు నిజానికి ఈ నాణాలు ఇక్కడికి రావడానికి కారణం రుద్రమదేవి మహా దేవరాజునుంచి నష్టపరిహారంగా రాబట్టిన సువర్ణమును తన సైనికులకు పంచియిచ్చింది ఆ విధంగా యాదవనాణెములు కృష్ణాజిల్లాలో ప్రవేశించి ఉంటాయి ఇది సేవణపరాజయ చిహ్నంకాని కాకతీయ పరాజయ చిహ్నంకాదని చెప్పదగి ఉంది

రుద్రపదేవి రాజ్యమునందు స్థిరపడగానే నైరృతాంధ్రమునుండి పాండ్యులను తరిమి వేసే యత్నం జరిగింది కాకతీయ సామంతుడు గండపెండార జన్నిగదేవుని ప్రధాని కడపజిల్లా నందలూరు గ్రామంలోని సౌమ్యనాథేశ్వర ఆలయంలో క్రీ శ 1264 లో వేయించిన దానశాసనాన్నిబట్టి ఈ ప్రాంతం మళ్ళీ ఆంధ్ర సామ్రాజ్యంలోకి వచ్చినట్లు రుజువు అవుతూంది. వీరరాజేంద్ర చోళుడు పాండ్యుల సహాయంతో నెల్లూరురాజ్యం ఆక్రమించుకొన్నట్లు చదివాము. రుద్రదేవమహారాజు (రుద్రమదేవి) అనుజీవ్యుడైన నాగదేవమహారాజు అనునాతడు చోళుని తరిమివేసి నెల్లూరులో క్రీ శ 1271–75 నడుమ పరిపాలనచేశాడు రెండవమనుమసిద్ధి కుమారుడైన తిరుకాళత్తి దేవుడనువాడు నాగదేవమహారాజును తరిమివేసి నెల్లూరును ఆక్రమించుకొన్నాడు తిరుకాళత్తిదేవుడు స్వకీయ పరాక్రమంచేతకాక, కాకతీయుల ప్రత్యర్థులబలంతోనే నెల్లూరును ఆక్రమించగలిగాడనేది నిజము. ఈ విధంగా నెల్లూరుప్రాంతం తరుచు చేతులు మారుతూంది. క్రీ. శ. 1282 సమీపంలో మనుమ గండ గోపాలుడనేవాడు మనుమసిద్ధి కొడుకును వెడలనడచి కాయస్థఅంబదేవుని సహాయంతో విక్రమసింహపురం ఆక్రమించుకొన్నాడు

అంబదేవుని స్వాతంత్ర్యయత్నము – కాయస్థుడు గంగయ సాహిణి గణపతి దేవుని కాలములో ప్రాముఖ్యం వహించాడు. మనుమసిద్ధినుండి తీసుకున్న రాజ్యభాగములను గణపతిదేవుడు ఈ సేనాపతికిచ్చాడు కడపమండలాంతర్గతమైన ఈ ప్రదేశాలు కాయస్థరాజ్యానికి పునాదులయాయి. నల్లగొండజిల్లా పానుగల్లునుండి కోలారుమండలంలోని కైవారంకోటదాకా తమ యేలుబడి ప్రాంతమని కాయస్థ నృపతులు చెప్పకొంటూంటారు గంగయసాహిణి క్రీ. శ 1257లో మరణించాడు. ఆతని చెల్లెలు చందలదేవి కుమారులైన జన్నగదేవ, త్రిపురారిదేవులు తమ మేనమామవలెనే కాకతీయ సామ్రాజ్యానికి విధేయమిత్రులై కాయస్థరాజ్యం పాలించారు గంగయ సాహిణి మూడవ మేనల్లుడైన అంబదేవుడు మిక్కిలి సమర్థుడు, శూరుడును.

ఇతడు క్రీ. శ. 1272 లో అధికారానికివచ్చాడు. అంబదేవుడు అత్యాశాపరుడై రాజ్యారంభకాలాన్నుంచీ రుద్రమదేవి ఆధిపత్యాన్నిధిక్కరించి స్వతంత్రుడవడానికి ప్రయత్నాలు సల్పాడు బలిష్ఠమైన సైన్యాన్నికూర్చుకొని ఇతడు కడపమండలాన్నుంచి పాండ్యులను వెళ్ళగొట్టి కాయస్థుల ముఖ్యపట్టణమైన వల్లూరుపట్టణాన్ని స్వాధీనం చేసుకున్నాడు తనమీదకు పంపబడిన కొప్పెరుంజింగడు మొదలైన పాండ్య సామంతులను సంహరించాడు తిరుకాళత్తిదేవుని వెడలగొట్టి నెల్లూరులో తన పక్షీయుడైన మనుమగండ గోపాలుని స్థాపించాగు ఈ విజయాలతో ధైర్యం వచ్చి అంబదేవుడు కాకతీయ సామంతుల్ని ఒకరి తరువాత ఒకరిని వెనుకకు నెట్టివేస్తూ త్రిపురాంతక క్షేత్రందాకా తనరాజ్యం విస్తరింపజేశాడు. ఈతని విజృంభణాన్ని అరికట్టడానికి రుద్రమదేవిచేసిన తొలితొలి ప్రయత్నాలు విజయవంతం కాలేదు. అంబదేవుడు త్రిపురాంతక శాసనంలో (క్రీ శ 1290) తన విజయ పరంపరను సగర్వంగా ప్రకటించుకొన్నాడు కలుకడపురాధిపతులైన సోమదేవ మురారిదేవులను నిర్జించాడు. కర్నూలు మండలంలో తన ప్రాబల్యం పెంచుకోడానికై చెరకు బొల్లయరెడ్డితో బాంధవ్యంచేసి అతని కుమారునకు తన కుమార్తె నిచ్చి పెండ్లిచేశాడు. ఇట్లు కాకతీయ సామ్రాజ్యానికి ప్రక్కలోబల్లెంవలె విజృంభిస్తున్న అంబదేవుడు కాకతీయ శత్రువులైన పాండ్య, యాదవరాజ్యాలవారికి మిత్రుడయాడు. వారీతని సఖ్యమునుకోరి కానుకలు, గజతురంగసైన్యమూ పంపించి నట్లు త్రిపురాంతక శాసనం చెప్పుతూంది

అంబదేవుని భాగ్యచక్రం ఇప్పటినుంచి క్రమంగా పతనాభిముఖమయింది రుద్రమదేవి మనుమడు ప్రతాపరుద్రుడు ఇప్పుడు యుక్తవయస్కుడై మాతామహికి రాజ్యభారనిర్వహణలో బాసటగా నిలిచాడు ప్రతాపశాలియు ఉత్సాహవంతుడును అయిన ఈతడు అంబదేవుడు మున్నగువారి ఆట కట్టించడానికి కృతనిశ్చయుడై సామ్రాజ్యసైన్యాల్ని చక్కని వ్యవస్థలోకితెచ్చి శత్రువుమీద దెబ్బతీయడానికి త్రిముఖమైన వ్యూహం విరచించాడు. ఇందలి మధ్యవ్యూహం త్రిపురాంతకం వైపు నడిచింది. దీనికి వృద్ధరాణి, యోధురాలు రుద్రమాంబ స్వయముగ నాయకత్వము వహించింది ఈమె వెంట కొలని మనుమ గన్నయ, పెదగన్నయ మొదలగు వీరాగ్రేసరులువెళ్ళారు కొలని సోమమంత్రి కొడుకు మనుమగన్నయ సోమయతమ్ముడు పెదగన్నయ ఈ వ్యూహము రుద్రమదేవి నాయకత్వమున అంబదేవుని విప్లవ సైన్యాల్ని త్రిపురాంతక పరిసరాలనుండి తరిమివేసింది. ఏరు

బాహత్తరి దుర్గములు అనగా డెబ్బయిరెండు కోటలు పట్టుకొన్నట్లు శివయోగ సారము వర్ణిస్తూంది ఇదే సమయంలో కాకతీయవ్యూహముయొక్క వామభాగము అడిదము మల్లు సేనాని నాయకత్వాన తీరప్రాంతమున ప్రస్థానంచేసి నెల్లూరుమీద వడింది. ఇప్పుడిక్కడ పరిపాలనచేస్తూన్న మనుమగండ గోపాలుడు అంబదేవునిచే ప్రతిష్ఠితుడైనవాడు, ఇతడు అంబదేవునికి బాసటగా సైన్యాలు పంపకుండా ఉండ డానికి దీనిని మట్టుపెట్టడానికి ఈ వ్యూహం ఉద్దేశింపబడింది అడిదంమల్లుంగారు తనకర్తవ్యాన్ని విజయవంతంగా నెరవేర్చాడు. నెల్లూరు యుద్ధంలో మనుమగండ గోపాలుడు నిహతుడయాడు. మల్లుసేనాని శక 1216 (క్రీ శ 12?4) త్రిపు రాంతక శాసనంలో 'మనుమగండ గోపాలశిరఃఖండన' బిరుదు దాల్చాడు ఈయన రాయసకల సేనాధిపతి, రుద్రదేవ దక్షిణభుజాదండ అని కీర్తింపబడినాడు. ప్రముఖవ్యూహముయొక్క కుడికొమ్మన యువరాజు ప్రతాపరుద్రుడు సాగివెళ్ళాడు కర్నూలుజిల్లా నందికొట్కూరు ప్రాంతంలో చెరకురెడ్లు పాలకులుగా ఉన్నారు. వీరిలో బొల్లయరెడ్డి అంబదేవునితో వియ్యమందినవాడు. ఇతడునూ ఇతని కుమా రుడు రాజన్నయూ కాయస్థులపక్షం వహించారు వీరిని అదుపులో పెట్టవలసిన అవసరం ఉంది విజయనగర చరిత్రలో ప్రసిద్ధులైన ఆర్వీటివంశము వారి మూలపురుషుడు తాతపిన్నమరాజు చెరకువారిని జయించడంలో కాకతీయులకు తాతపిన్నమ ఉపకరించినట్లు కనబడుతుంది. ఈ విధంగా అన్నిరంగాలలోను అప్రతిహత పరాక్రమ సంపన్నుడైన అంబదేవునకు తిరోగమనమే శరణ్యమయింది అతని రాజ్యం చాలా సంకుచితమై పోయి ములికినాటికి పరిమితమయిపోయింది అంబదేవుడు క్రీ శ. 1304 వరకూ జీవించి ఉన్నట్లు కనబడినా అతని ఉత్తర చరిత్ర తెలియదు. కాకతీయులతో స్పర్ధించగలసత్తువ మళ్ళీ అతనికి కలగలేదు.

మనుమగండ గోపాలుడు నిహతుడైనపిదట కాకతీయులు రాజగండ గోపాలుడను వానిని నెల్లూరులో ప్రతిష్ఠించారు కాని ఈతడు కృతఘ్నుడై పాండ్యు లతో చేతులు కలిపి కుట్రలుపన్నడం ప్రారంభించాడు వీనిని శిక్షించడానికి ప్రతాప రుద్రుడు మనుమసిద్ధి పెద్ద కుమారుడైన మనుమగండ గోపాలుని పంపించాడు. అడిదముమల్లుంగారిచే సంహరింపబడిన మనుమగండ గోపాలునికన్న ఇతడు చిన్న వ్యక్తి శక 1219 (1297) నరసారావుపేట శాసనంలో తాను ప్రతాపరుద్ర భూప ప్రసాదార్జిత వైభవుడనని వర్ణించుకున్నాడు సేవణకటికవేణు కబళన దావానలుడనీ, ద్రవిడ బలవార్ధి పరిశోషణబడబానలుడనీ, రాయగండ గోపాల విహితమాన భంగుడనీ

ఈతని ప్రశస్తి మొత్తంమీద నెల్లూరు ప్రాంతం రుద్రమదేవి అధీనంలో స్థిరపడింది కాకతీయుల పశ్చిమవ్యూహం ఇంకాకొన్ని ఘనవిజయాలు సాధించింది గోనగన్నారెడ్డి అను ప్రసిద్ధ సేనాని మహబూబునగరంజిల్లా వర్ధమానపురం రాజధానిగా పశ్చిమాంధ్రము శాసిస్తున్నాడు ఈయన క్రిందివాడైన విరలసేనాధిపతి నాయకత్వం క్రింద ఒకప్రచండ సైన్యము పశ్చిమాభిముఖంగా విక్రమించి, అంబదేవుని మిత్రవర్గంవారైన సేవణులు అతనికి సహాయం అందించకుండా చెయ్యడమేకాక కర్ణాటాంధ్ర సరిహద్దులో పెక్కుదుర్గాలు వశపరచుకుంది గోనగన్నారెడ్డి వారి రాజ్యరక్షామణియైన విరలనాథదండనాధుడు అదవనితుంబుళము, మాలువ, హాలువ మొదలైన దుర్గాలు సాధించి రాయచూరు పట్టుకొని 'సర్వరాష్ట్రసమస్త ప్రజారక్షణార్థమై' శక 1216 (క్రీ శ 1294) లో రాయచూరులో దుర్గంనిర్మించినట్లు అతని శాసనం చెబుతూంది రాయచూరు విజయము రుద్రమదేవి కడపటి విజయమని భావిస్తున్నారు ఆయమ్మ తరువాత వినవచ్చుటలేదు కావున క్రీ శ 1295 ప్రాంతమున ఆ మహారాజ్ఞి శివసాయుజ్యం చెందిందని తోస్తుంది చారిత్రకులందరూ దీనితో ఏకీభవిస్తున్నారు కాని ఇటీవలనల్గొండజిల్లా, చందుపట్లగ్రామము శివాలయ ప్రాంగణమున ఒక శిలపై చెక్కబడిన శాసనమువలన రుద్రమదేవి క్రీ శ. 1289 లోనే శివలోక ప్రాప్తి చెందినట్లు తెలుస్తూంద (భారతి మే 1974). ఇది శక 1211 నాటిది రుద్రమదేవికిని మల్లికార్జున నాయనింగారికిని శివలోకప్రాప్తికోసం వారి భృత్యులు పువ్వుల ముమ్మడింగారు వేయించినది ఇది క్రొత్తగా వెడలిన శాసనము దీనిని ఇతర శాసనముల సాక్ష్యముతో సమన్వయించవలసి ఉంది ముఖ్యంగా క్రీ శ 1294 నాటి ఆడిదముమల్లుసేనాని త్రిపురాంతక శాసనంలో అతడు 'రుద్రదేవదక్షిణ భుజాదండ'అనియు అదే సంవత్సరమున వెడలిన రాయచూరు శాసనంలో గోనగన్నారెడ్డికూడ 'రుద్రదేపదక్షిణ భుజాదండ' అనియువర్ణింపబడడం గమనించతగి ఉంది రుద్రదేవ అను వ్యవహారంరాణి రుద్రమదేవికి రూఢమై కనబడుతుంద ఆడిదముమల్లుగారి శాసనంలో రుద్రదేవ (రుద్రమదేవియు) ప్రతాపరుద్రదేవుడును ఇద్దరును పేర్కొనబడియున్నారు చందుపట్ల శాసనంలో కాకతియ్యరుద్రమమహాదేవి అని విస్పష్టంగానే లిఖింపబడింది అందుచేత ఈ శాసనాన్ని సులభంగా కొట్టివేయడానికి వీలులేదు రుద్రమదేవి అమ్మగారు క్రీ శ 1289 సంవత్సరాంతముననే శివలోకానికి ఏగడం నిశ్చయమయితే కాయస్థ అంబదేవునితో అయిన దండయాత్రారంభంలోనే ఆమె వీరమృతి చెందడం జరిగి ఉంటుంది ఇంతగా విధి వైపరీత్యం జైత్రయాత్రారంభంలోనే జరిగినా ఆమె సేనానులు కొలని మనుమ

గన్నయ, ఇందులూరి గన్నయ మొదలగువారు రణోత్సాహాన్ని వీడకుండా కార్యశూరులై అంబదేవుని వెనుకకునెట్టివేశారని ఊహించవచ్చును అంబదేవుని ఆతని పక్షమువారిని పూర్తిగా జయించేవరకూ ప్రతాపరుద్రుడు పట్టాభిషిక్తుడు కాకుండవచ్చును అందుచేత క్రీ శ 1294 దాకా రాణిరుద్రమదేవి పేరనే సామ్రాజ్య వ్యవహారాలు సాగుతూండేవని సమన్వయించేసుకోవాలి మల్లికార్జుననాయసింగారి పేరు రుద్రమదేవితోకలిపి శాసనంలో చెప్పబడడంచేత ఈ వీరుడుకూడ అదే తుముల సంఘర్షణమునందు దివంగతుడయాడని భావింపవలసి ఉంటుంది ఏమైననూ కాకతి రుద్రదేవమ్మంగారు అసాధారణ వీరనారీమణియనీ గొప్ప పరిపాలనా దక్షురాలనీ, చెప్పడంలో పునరుక్తి దోషంలేదు

రుద్రమదేవి కుటుంబ జీవితాన్నిగూర్చి మనకు తెలిసినదానికన్న తెలియనిదే ఎక్కువ. ఆమె జన్మ సంవత్సరం తెలియదు. ఉజ్జాయింపుగా క్రీ శ. 1220 అని ఊహించడానికి వీలుంది రుద్రమదేవి గణపతిదేవునిభార్య అనే పొరపాటు అభిప్రాయంకూడా లోకంలో ఉండేది చాళుక్యవీర భద్రుడీమె భర్తయని చాలా కాలం వరకూ చారిత్రకులకు తెలియదు. రుద్రమదేవికి ఇద్దరు కుమార్తెలు మాత్రమున్నట్లు కొన్ని ఆధారాలవలన తెలిసింది. వీరుముమ్మడమ్మ, రుయ్యమ్మ అనువారు ముమ్మడమ్మ ఈమె పుత్రికా సదృశయేకాని ఔరసపుత్రికకాదనుభావము పూర్వ చారిత్రకుల్లో ప్రబలి ఉండేది దీనికి కారణము శివయోగసారమునందు 'అకుపితరుద్రమాంబికకు నాత్మజనా బొగడొందుముమ్మడయ్యకుమహాదేవరాజునకు నాత్మజుడైన ప్రతాపరుద్రుడు' అని వ్రాయబడుట ముమ్మడమ్మ భర్తయైన మహాదేవరాజు ఆనుపానులేమిటో ఇప్పటికిని చారిత్రకులకు తెలియదు ఈ మహాదేవుడు చాళుక్య వీరభద్రుని తమ్ముడగు మహాదేవరాజని పూర్వ చారిత్రకుల నమ్మిరి ముమ్మడమ్మ ఔరసపుత్రికయైనచో ఆమెను రుద్రమదేవి రన మరిదికి పెండ్లిచేయునా అను ప్రశ్నకు సమాధానముగా ముమ్మడమ్మదత్తపుత్రికయనువాదము బయలుదేరింది ఇటీవల కొందరు పరిశోధకులు ముమ్మడమ్మభర్తయైన మహాదేవుడు చాళుక్య మహాదేవుడుకాదనియు ఆతడు కాకతీయ కుటుంబంలోనివాడేననియు కొన్ని ఆధారాలు చూపిస్తున్నారు అయినచో ముమ్మడమ్మకు తెలుగువారిలో చిరపరిచితమైన మేనరికమునో మేనమామ సంబంధమునోచేసి ఉంటారని చెప్పవచ్చును దీనిలో అనౌచిత్యం ఏమీలేదు రుద్రమదేవి రెండవ కుమార్తెయైన రుయ్యమ్మ ఇందులూరి అన్నయమంత్రిని పెండ్లాడినట్లు 'కాకిత రుద్రాంబ గాదిలిసుతయైన రుయ్యాంబ

బెండ్లాడి' అను శివయోగసారవాక్యంవలన తెలుస్తూంది. ఈ యంశములచేత రుద్రమదేవి చిన్ననాటనే భర్తృవియోగ దుఃఖానికి గురి అయిందనే భావం అపాస్తమవుతూంది చాళుక్యవీరభద్రుడు క్రీ శ 1266 కి సమీపంలో మృతిపొంది ఉంటాడనే అంశం ఆతని తల్లి క్షీరారామ శాసనంవలన సూచితమయింది కావున రుద్రాంబ మనుమని (ప్రతాపరుద్రుని) ఎత్తే దాకా పుణ్యస్త్రీగా రాణించిందని రుజువయింది.

ఇటీవల ప్రకటింపబడిన మరొక శాసనంవల్ల రుద్రాంబకు ఇంకొక కుమార్తె కూడ ఉన్నదా అను శంక కలుగుతూంది ఇది ఎల్లనదేవుడనునాతని ఆలపాడు తామ్రపట్టికలు (A A S No 6-పుటలు 109-116) ఇది శక 1186 (క్రీ శ. 1264) నాటిది ఎల్లనదేవుని పూర్వీకులు వరాహదేశంలోని వర్ధమానపురమునకు చెందినవారట వర్ధమానపురం (వడ్డమాను) మహబూబునగరంజిల్లాలోని ప్రాచీన గ్రామం కాకతిరుద్రదేవుని కాలంలో ఈ ప్రాంతాన్ని తెలుగుచోడ కుటుంబాలవారు పాలించేవారు ఆలపాడుగ్రామం గుంటూరుజిల్లాకు చెందినది ఎల్లనదేవుడు కమ్మనాటికివచ్చి రుద్రమదేవి ఆశ్రితుడుగా వర్ధిల్లాడని చెప్పవలసి వస్తుంది ఈతడు రుద్రమదేవి ప్రసాదంవల్ల దేశం పొందాడని 'అస్యారుద్రమదేవ్యాః కృపయా దేశం సమాసాద్య' అనుమాటలచే తెలుస్తూంది రుద్రమదేవి రెండవ కుమార్తెఅయిన తన భార్యా పుణ్యార్థము ఎల్లనదేవుడే దానంచేశాడు ఆమెపేరు శాసనంలో చెప్పబడలేదు ఆమె క్రీ శ 1264 కి ముందే గతించినదన్నమాట రుయ్యమ్మ రుద్రమాంబ రెండవ కూతురని ప్రసిద్ధముగా తెలిసిన యంశము. ప్రకృతశాసనంలోని ఎల్లనదేవుని భార్యకూడా రుద్రమదేవి తనయ అనే నూతనాంశం బయటపడింది అయితే ఈమె రుద్రమాంబ అభిమానపుత్రికయో ఔరసపుత్రికయో నిర్ణయింపలేము

ప్రతాపరుద్రుడు (క్రీ. శ. 1295-1323)

కాకతీయ సామ్రాజ్యము ఈ మహారాజు కాలంలో దేదీప్యమానమై ప్రకాశించి కాలాధీనమై అస్తమించింది. మానుష సంకల్పమూ, యత్నమూ అనివార్యము గనుక అన్ని సామ్రాజ్యాల విషయంలో మల్లేనే కాకతీయ సామ్రాజ్యపతనానికి హేతువులు అన్వేషిస్తాము కొంతవరకూ తెలుసుకుంటాము. అయినా చివరికి మిగిలేది ఇంతే-''కాలము దురతిక్రమణీయము''

ప్రతాపరుద్రుని జన్మసంవత్సరము ఆనందసంవత్సరమని పూర్వలేఖనములు. ఇది క్రీ శ. 1254 అవుతూంది క్రీ శ 1974లో మనము ఆనందసంవత్సరంలో ఉన్నాము ప్రతాపరుద్రుని జన్నము నుండి ఆనంద సంవత్సరము షష్టివర్షచక్రం ప్రకారం 12 ఆవృత్తులు తిరిగింది అనగా 720 సంవత్సరాలు గడిచాయి అన్నమాట క్రీ శ. 1260-61 ప్రాంతమున వెలసిన మల్కాపుర శాసనంలో కూడా ప్రతాపరుద్రుని జననము సూచితమయింది

శ్రీ విశ్వేశ్వరదేశి కేంద్ర శివహస్తోద్భాసిదోర్విక్రమ స్త్రీక్షోణీశజగద్ధర ప్రతిబల ప్రధ్వంసిజన్మోత్సవః। యస్యాః కాకతివంశ మౌక్తికమణేః శ్రీరుద్ర దేవస్సుతః। తస్యాః కింకథయామ వైభవమతః శ్రీరుద్రదేవ్యాః పరం''.

శ్రీ విశ్వేశ్వరదేశి కేంద్రుని శివహస్తముచేత ప్రకాశితమైన దుర్విక్రమము కలవాడును, ముగ్గురు రాజుల ప్రబల సైన్య విధ్వంసము చేయగల జన్మోత్సవము కలవాడును అగు శ్రీరుద్రదేవుడు కాకతివంశ మౌక్తికమణియైన ఎరుద్రమదేవికి స్వయముగా పుత్రుడో అట్టి రుద్రమదేవి వైభవమును (అదృష్టమును) మేమింతకు మించి ఏమి కొనియాడగలము అని శాసనకర్త ఉద్ఘోషిస్తున్నాడు చక్రవర్తి గణపతిదేవుడును రాణి రుద్రమాంబయు కాకతీయ వంశమున చిరకాలానికి పుట్టిన ఈ మగనిసుగుపై అన్ని ఆశలు పెట్టుకొన్నారు బొడ్డు కోయించి నప్పటినుంచి రుద్రమదేవి మనుమణ్ణి కంట్లో వత్తి వేసుకొని ఎట్లా పెంచిందో, ఎట్లా విద్యా బుద్ధులు కరిపించిందో, అనుకూల సంబంధం చూసి పెళ్ళి చేయించిందో ఈ వివరాలన్ని సిద్దేశ్వర చరిత్రలో ముచ్చటగా వర్ణితమైనాయి. మొత్తంమీద శ్రీరుద్రమదేవి దివంగతురాలయే వేళకు ప్రతాపరుద్రుడు యుక్తవయస్కుడై సామ్రాజ్య భార నిర్వహణకు సుశిక్షితుడై ఉన్నాడు అంబ దేవుణ్ణి పరాభూతుని చెయ్యడంలోను, సేవణులను వెనుకకునెట్టి రాయచూరు వరకు ఆంధ్ర సామ్రాజ్యాన్ని విస్తరింప చెయ్యడంలోను ప్రదర్శింపబడిన పరాక్రమము, వ్యూహతంత్రము, సైన్యవ్యవస్థీకరణకౌశల్యము ఇవన్నీ ప్రధానంగా యువకుడైన ప్రతాపరుద్రుని ఉత్సాహ సామర్థ్య ఫలితములని చారిత్రకులు భావిస్తున్నారు

ప్రతాపరుద్రుడు ఏకశిలానగరంలో పట్టాభిషిక్తుడయిన సమయానికే క్రీ శ 1295 ప్రాంతమున ఢిల్లీ నగరంలో అల్లా-ఉద్దీన్-ఖిల్జీ రాజ్యారూఢుడయాడు. ఇతడు ముసల్మాను పరిపాలకులలో మహాసమర్థుడు, క్రూరుడు,

సామ్రాజ్య విస్తరణ కాంక్ష కాకతీయ సామ్రాజ్యమును విధ్వంసంచేసే మొదటి ధూమకేతువు ఉత్తరాదిని ఉదయించి తన అగ్నియాత్ర ప్రారంభించింది. ఈ సామ్రాజ్య పతనానికి ఒక కారణంగా చెప్పవలసిన వర్గవైమనస్యాలు ఇప్పుడే పొడసూపాయి గణపతిదేవుడు నానావర్ణముల వారికి నాయకత్వం ఇచ్చి వారిని సమదృష్టితో చూశాడు. ఏకారణం చేతనో ప్రతాపరుద్రుని కాలంనాటికి ఈ సమవృత్తి కొంత మారి రాజ్యనిర్వహణలో లేదా రాజ్య రక్షణలో పద్మనాయకులకు అధికప్రాధాన్యం ఇవ్వడం జరిగిందనీ, ఇది ఇతరవర్ణాల నాయకులకు స్పర్ధాకారణమైనదనీ పూర్వ గ్రంథాలు సూచిస్తున్నాయి ఐనా శాసనాలు చూస్తే వివిధవర్ణ నాయకులు వారివారికి అర్హమైన పదవులు అలంకరిస్తూన్నట్లే కనబడుతుంది సామ్రాజ్య దక్షిణ భాగంలో అంబదేవుని ఔద్ధత్యం బాగా శాంతించినా అతడు క్రీ శ 1304 వరకూ జీవించి ఉండి ఆత్మవంశపు సహజ రాజ్యభాగాన్ని ఏలుతున్నాడు అతని కొడుకు రెండవ త్రిపురారి మరికొంత కాలం రాజ్యం నిలుపుకున్నాడు కాయస్థులను పూర్తిగా అదుపులోకి తేవడానికి ప్రతాపరుద్రుడు క్రీ. శ 1309 ప్రాంతంలో మహారాయపట్టి సాహిణి సోమయ నాయకుని సేనాధ్యక్షతలో సైన్యాలు పంపించి మోపూరు రాజులను (కాయస్థులను జయించి ములికినాడు మున్నగు ప్రదేశాలను సామ్రాజ్యంలో తిరిగి కలుపుకున్నాడు

వెంటవెంటనే కాయస్థులతో చేయికలిపి సామ్రాజ్యాధికారాన్ని ధిక్కరిస్తూన్న నెల్లూరు చోడులను కూడా చక్కదిద్దవలసిన ఆవశ్యకత ఏర్పడింది అడిదముమల్లు సేనాని మనుమగండ గోపాలుని సంహరించి రంగనాథుడనె వానిని నెల్లూరులో ప్రతిష్ఠించినట్లు కనబడుతుంది ఇతడు కృతఘ్నుడై పాండ్యులతోచేరి స్వతంత్రుడవడానికి యత్నిస్తూండడంచేత ప్రతాపరుద్రుడు వీనిమీదికి క్రీ శ 1296 సమీపమున బొల్నేనింగారిని బలీయమైన సైన్యంతో పంపాడు బొల్నేనింగారు పాండ్యులను వారి ఆశ్రితుడైన రంగనాథుని నిర్జించివచ్చాడు ఈ సేనాపతి దానశాసన మొకటి నరసారావుపేట తాలూకా ఉప్పుమాగులూరులో లభిస్తూంది బొల్నేనింగారి వెంటవెళ్ళిన వీరులలో కొట్యోదొనపాలకుడైన మనుమగండ గోపాలుడొకడు ఇతడు రెండవ మనుమసిద్ధి కొడుకు నెల్లూరుపై దండయాత్రా విశేషములు కొన్ని మనుమగండ గోపాలుని నరసారావుపేట శాసనంలో (క్రి శ 1297) కనబడుతున్నాయి. రాజగండ గోపాలుడనే నామాంతరంగల ఈ రంగనాథుడు కాకతీయులకు విధేయుడై కొంతకాలం పరిపాలనచేసి మలిక్‌కాఫూరు ఓరుగల్లుమీద దండెత్తివచ్చిన అదను

చూచుకొని తిరిగి ప్రతాపరుద్రుని అధికారమునుండి విడివడుటకు ప్రయత్నించేశాడు మలిక్‌కాఫూరుతో సంధిచేసికొన్న తరువాత ప్రతాపరుద్రుడు శాశ్వతంగా నెల్లూరు వ్యవహారం పరిష్కరింపదలచాడు మహాప్రధాని ముప్పిడి నాయకుణ్ణి నెల్లూరు పైకి పాండ్యులపైకి పంపించాడు. ముప్పిడి నాయకుడు రాజగండ గోపాలుని వెడలగొట్టి నెల్లూరురాజ్యాన్ని సామ్రాజ్యంలో చేర్చివేశాడు

ప్రతాపరుద్రుడు సింహాసనం అధిష్ఠించినప్పటినుండీ ఢిల్లీసుల్తానులు దక్షిణాది వ్యవహారాల్లో శ్రద్ధచూపడం ప్రస్ఫుటమయింది. క్రి శ 1295 గర్షాస్ప్‌మలిక్ అను సాహసికుడు దేవగిరిపై దండెత్తివచ్చి యాదవరాజ్యాన్ని విస్తారంగా దోచుకుని వెళ్ళిపోయాడు ఇంతటితో ఆగక ఆ శాపరుడైన గర్షాస్ప్ తన తండ్రి జలాలుద్దీన్ ఖిల్జీని హత్యచేయించి అల్లాఉద్దీన్ అను పేరుతో ఢిల్లీ సుల్తానుఅయాడు రాజ్యానికి వచ్చిన కొంతకాలం అల్లావుద్దీనుదృష్టి మంగోలు దాడులమీదను రాజపుత్రుల విజయంమీదను కేంద్రీకరింపబడింది ఈ రెండు సమస్యలూ పరిష్కారంకాగానే ఇతడు దక్షిణాది హిందూరాజ్యములను కొల్లగొట్టి ఆ సంపదలతో తన సైన్యబలం పెంపొందించుకోవాలని కృతనిశ్చయుడయాడు తత్ఫలితంగా క్రి శ 1303 లో మలిక్ ఫుక్రుద్దీన్ జూనా, ఝూజూ అనే నాయకులను కతిపయ సైన్యంలో అల్లావుద్దీన్ ఓరుగల్లుపై పంపాడు ఈ దండయాత్ర విఫలమయింది వీరు బంగాళంమీదుగా ప్రస్థానంచెసి కాకతీయ సామ్రాజ్య సరిహద్దులదాకా రాగలిగారు కాని ప్రతాప రుద్రుని సేనానులు ఈ తురుష్క సైన్యాన్ని కరీంనగరంజిల్లా ఉప్పరపల్లివద్ద నిలువరించి ప్రచండయుద్ధంచేసి జోడించి పారద్రోలారు. ఈ సంగ్రామంలో పాల్గొన్న తెలుగువీరులలో పోతుగంటి మైలానాయడు, రేచెర్ల ప్రసాదిత్యుని కొడుకు వెన్నమనాయడు, మనరంగోదరిరాజు, నాగయదేవుడు పేర్కొనదగినవాడు ఓటమిచెంది పారిపోయిన యవన సైన్యము తెలుగు సేనానుల పోటులకు, చరచలు మొదలగు ప్రకృతిభీభత్సాలకు గురిఅయి చాలావరకు నశించింది

మలిక్‌జూనా దండయాత్రా వైఫల్యంతో అల్లాఉద్దీను నిరుత్సాహపడలేదు. ఆతనిని ఎదుర్కొంటూన్న ఇక్కట్టులు కూడ క్రమంగా తీరిపోయాయి మంగోలులు క్షీణసత్త్వు లయ్యారు రాజపుత్రులు లొంగివచ్చారు గుజరాతు సుల్తాను అధీన మయింది. దేవగిరిలో తిరుగుబాటు లేవదీసిన సంగముని అణచివేయడం జరిగింది మహారాష్ట్రప్రాంతం అంతా సుల్తాను అధికారం నిరాఘాటంగా చెల్లుతూంది. ప్రతాప

రుద్రుని స్వాతంత్ర్యం అపహరించడానికి ఇది సమయమని నిశ్చయించి అల్లా ఉద్దీను తనకు విశ్వాసపాత్రులైన సేనానులను-మలిక్ కాఫూరు, ఖాజాహాజీ అనే వారిని ప్రబల సైన్యం ఇచ్చి తెలంగాణం మీదికి పంపించాడు ఈ సేనానులు అక్టోబరు 1309 లో ప్రస్థానభేరీ మ్రోగించి దేవగిరిమీదుగా తెలంగాణం ప్రవేశించారు మార్గంలో సబరదుర్గాన్ని ముట్టడించి స్వాధీనం చేసుకొన్నారు ఆ దుర్గాన్ని సంరక్షించే నాయకుడు తురుష్కుల చేతిలో పడడానికి ఇచ్చగింపక సపరివారంగా స్త్రీజనంతోను పిల్లలతోను అగ్నిప్రవేశంచేసి పూతాత్ముడయాడు మలిక్ కాఫరు ఆకోటను గతించిన నాయకుని తమ్ముడు అన్నానేనికి ఢిల్లీకి సామంతుడుగా ఉండే షరతుపై తిరిగి ఇచ్చివేశాడు సుల్తాను సైన్యములు తనమీదికి వస్తున్నాయని సబరదుర్గం నుంచి పారిపోయి వచ్చిన కాందిశీకుల వలన తెలుసుకొని ప్రతాపరుద్రుడు స్వరాష్ట్ర సంరక్షణానికి సన్నాహాలు గట్టిగా ఆరంభించాడు ముసల్మానులు తనమీదికి వస్తారని ఆయన ఎదురుచూస్తూనే ఉన్నాడు కాకతీయులకు ౩ లక్షల కాల్బలము 20 వేల అశ్వికదళము 100 ఏనుగులు ఉండెను పరిసర నృపతులు కొందరు ప్రతాపరుద్రునకు బాసటగా వచ్చుటకు మాట ఇచ్చారు. అయినప్పటికీ కాకతీయుల సన్నాహాలు సమగ్రంకాకముందే మలిక్ కాఫూరు సేనాసాగరము ఓరుగల్లుమీదికి ఉత్తాలముగా పడింది అనుమకొండ దగ్గరి ఒకకొండపై కాఫూరు శిబిరం ఏర్పాటు చెసుకొని దానికి దారుమయ ప్రాకారం కట్టించాడు. ఏకశిలానగర దుర్గము ఆకాలములోని మహాదుర్గముల్లో ఒకటిగా పరిగణింపబడేది అది దుర్భేద్యమని కాకతీయుల విశ్వాసము దానికి 72 సంరక్షక బురుజులు కలవనియు ఒక్కొక్క బురుజును ఒక్కొక్క నాయకుడు కాపాడుతుండె ననియు తెలుస్తుంది. కోటచుట్టూరా ఒక మట్టిప్రాకారము ఒక శిలానిర్మిత ప్రాకారం ఉండేవి విటి చుట్టూరా గభీరమైన అగడ్తలు పిల్లసముద్రాల్లా ఉండేవి

1310 సంవత్సరం జనవరిలో కాకతీయాంధ్ర నగరవు ముట్టడి ప్రారంభమైనది కోటలోని వీరులు తరచు వెడలివచ్చి ముసల్మానులపై ప్రతిదాడి చేస్తున్నారు కాని మలిక్ కాఫూరు శిబిరం చెక్కుచెదరలేదు 25 దినాల భీకర పోరాటం తరువాత ఓరుగల్లు దుర్గవు పుట్టకోట శత్రువుల స్వాధీనం అయింది. అక్కడి సైన్యాలు రాతికోట ప్రాకారంలోకి ఉపసంహరించుకొని ద్విగుణీకృత స్థైర్యంతో ముసల్మాను సైన్యాలతో పోరాడాయి. తన సేనానుల పరాక్రమంలో గాఢ విశ్వాసంగల ప్రతాపరుద్ర దేవుడు అరాతులకు లొంగిపోవడానికి నిరాకరించి

యుద్ధం సాగించాడు తురుష్క సైన్యం కూడా బడలిపోయింది కోటవెలుపల ఉన్న హిందూ వీరులు కాఫూరు సైన్యాన్ని ఎక్కడి కక్కడ మట్టుపెడుతున్నారు ఢిల్లీనుండి వార్తల రాకపోకలు స్తంభించాయి వస్తు సామగ్రి లభించడం కూడా తురుష్కులకు దుర్ఘట మయింది. కాఫూరు మాత్రం తొట్రుపడక ముట్టడిసాగిస్తూ, పరిసర దేశాన్ని దగ్ధపటలం చెయ్యడానికి సైనికుల్ని నియోగించాడు ప్రజల ఇక్కట్టులు హాహాకారములు, కోటలో నీరంధ్రంగా గుమికూడిన సైన్యాల అగచాట్లు భరింపరానివి అవడంచేత కాకతీంద్రుడు శత్రువుకి లొంగిపోవడానికి నిశ్చయించి వార్తాహరులను సంధికై పంపించాడు తురుష్కులకూడ సంపూర్ణ విజయంపై ఆశలువదులుకొనడంచేత మలిక్‌కాఫూరు వెంటనే సంధికి ఒడబడి తీవ్రమైన షరతులు విధించడంతో తృప్తిపడ్డాడు ప్రతాపరుద్రుడు తన ధన నిక్షేపాలన్నీ సుల్తానుకు సమర్పించాలనీ, ఏటేటా నిర్ణీతమైన కప్పంకట్టాలనీ, కొన్ని గజఘటలను కానుకగా ఇవ్వాలనీ షరతులు ప్రజాక్షేమకాంక్షియు మానధనుడును అయిన ప్రతాపరుద్రమహారాజు విధిలేక ఒప్పుకొని కొన్ని సంవత్సరాలదాకా వాటిని పాటిస్తూవచ్చాడు. సుల్తానుకు విజయం సాధించి కాఫూరుసేనాని జూన్ 1810 లో ఢిల్లీకి అపారధనరాసులతో చేరాడు

ఇచ్చిన మాటకు కట్టుబడి ప్రతాపరుద్రుడు ఏటేటా ఢిల్లీకి కప్పము పంపుచుండుటచే సుల్తాను సంప్రీతుడైనాడు ఢిల్లీ-ఓరుగల్లు సంబంధాలు శత్రుభావం నుండి మిత్ర భావంలోకి పరివర్తనం చెందుతున్నాయి సుల్తాను కాకతీశ్వరుని సంభావించి సమ్మానార్హునిగా భావించాడు ఒకరికొకరు సహాయం చేసుకొనె పరిస్థితికూడా వచ్చింది. ఆంధ్ర రాజ్యానికి మలిక్‌కాఫూరు దండయాత్ర వలన కలిగిన దౌర్బల్యాన్ని అవకాశంగా తీసుకొని కడపజిల్లా యందలి కాయస్థులునూ, నెల్లూరి చోళులునూ ప్రతాపరుద్రునిపై తిరుగుబాటుకు సన్నాహాలు చేశారు కాకతీంద్రుడు తన కభిమానపాత్రుడైన జుట్టయ వెంకగొంకారెడ్డి యను మహా వీరుని కాయస్థ రాజ్యంపై పంపించాడు గొంకారెడ్డి గండికోట దుర్గాన్ని పట్టుకొని మల్లిదేవుడనే వానిని సంహరించి మలికినాటి నంతనూ ఆంధ్ర సామ్రాజ్యం క్రిందికి తెచ్చాడు. గొంకారెడ్డినే గండికోట ముఖ్యస్థానంగా తత్ప్రాంత పరిపాలనకు చక్రవర్తి నియమించాడు. ఇంతటితో కాయస్థరాజుల కథ సమాప్తమయింది నెల్లూరును కూడ అదుపులోకి తేవాలని ప్రతాపరుద్రుడు ఆలోచిస్తూండగా దానికి అనుకూల పరిస్థితి ఏర్పడింది

పాండ్యవిజయం—దక్షిణాదిని పాండ్య రాజవంశంలో అంతఃకలహాలు చెలరేగాయి. మారవర్మకులశేఖర పాండ్యుని మరణానంతరం ఆతని కుమారులు వీరపాండ్య, సుందర పాండ్యులనేవారు తండ్రి సింహాసనానికై తగవులాడుకొని దేశాన్ని అంతర్యుద్ధంలో దింపారు. దక్షిణదేశాన్ని కబళించాలని ఉవ్విళ్ళూరుతూన్న అల్లాఉద్దీన్ ఖిల్జీ తన సమర్థుడైన సేనాపతి మలిక్‌కాఫూరును దక్షిణ దండయాత్రకు పంపించాడు. కాఫూరు కొంత విజయం సాధించి చేజిక్కిన దోపిడి ధనంతో వెనుదిరిగిపోయాడు. ఈ కల్లోలంలో కేరళాధిపుడు రవివర్మకుల శేఖరుడు పాండ్య రాజ్యం ఆక్రమించుకోగా సుందర పాండ్యుడు ఢిల్లీకివెళ్ళి సుల్తాను సహాయం అర్థించాడు. ఆతనిని సింహాసనంమీద ప్రతిష్ఠచేసే నెపంతో దక్షిణదేశాన్ని జయించాలని సంకల్పించి అల్లాఉద్దీను అంగీకరించి ఈ దండయాత్రలో ఢిల్లి సైన్యాలకు తోడ్పడవలసిందని ప్రతాపరుద్రుని కోరాడు. కాకతీశ్వరుడు నెల్లూరుచోళులను, వారికి ప్రాపుగా వస్తూన్న పాండ్యులను శిక్షింపదలచి ఉన్నాడు. కావున ఏకక్రియా ద్వ్యర్థకరీ అన్నట్లు తన కార్యము మిత్రకార్యమూ సాధింప తలపెట్టి ముప్పిడి నాయకుడనే ప్రసిద్ధయోధుని అధ్యక్షత క్రింద దక్షిణాదికి బలాలు పంపించాడు. ఈతనివెంట ఈయన కుమారుడు పెద్ద రుద్రసేనాపతి నడిచాడు. పేరునకు ఢిల్లీ సైన్యం ఒకటి కాకతీయుల్ని అనుగమించినా పాండ్య సమర భారం అంతా కాకతీయులమీదనే పడింది. దీనికి కారణం క్రీ. శ. 1316 అల్లాఉద్దీనుఖిల్జీ ఢిల్లీలో మరణించాడు. తఖ్తుకోసం వివాదాలు ప్రారంభమయాయి. అందుచేత మలిక్ కాఫూరు ముస్లిం సైన్యాలన్నిటినీ దక్కనునుంచి ఉపసంహరించాడు. ముప్పిడి నాయకుడు, పెద్ద రుద్రుడు మున్నగువారే పాండ్య కేరళ బలాల్తో పోరాడవలసి వచ్చింది. విజయ యాత్రారంభంలోనే కాకతీయ సేనానులు రాజగండ గోపాలుడనే రంగనాథుణ్ణి ఓడించి తరిమివేసి నెల్లూరు ఆక్రమించుకున్నాడు. ముప్పిడి నాయకుడు నెల్లూరు రాజ్యానికి పాలకుడుగా నియమింపబడ్డాడు. ఆతని కుమారుడు పెద్ద రుద్రుడు ముందుకు సాగిపోయి కోటతిక్కని సంహరించి సాంబవరాయడు మున్నగు చిల్లర నాయకుల్ని ఆజ్ఞాధీనులను చేసుకొని వారి ఏలికయైన మూడవ బల్లాలునితో తలపడ్డాడు. బల్లాలుడు పాండ్యుల అంతఃకలహాలను గమనించి తొండమండలం ప్రవేశించి కాంచీనగరం మొదలగు ప్రదేశాలను ఆక్రమించాడు. పడైవీడు అధిపతి సాంబువరాయడు, చంద్రగిరి పాలకుడు యాదవరాయడు బల్లాలుని అధిపత్యం అంగీకరించారు. పెద్ద రుద్రుడు బల్లాలుని ఓడించి కాంచీ నగరం చేపట్టాడు. సాంబువరాయని క్షమించి వాని రాజ్యం వానికి ఇచ్చివేశాడు.

కాంచీనగరం చిరకాలనుంచి నెల్లూరు రాజ్యంలో భాగమై ఆంధ్ర సామ్రాజ్యము యొక్క దక్షిణసరిహద్దుగా భావింపబడేది అందుచేత కాంచీనగరం స్వాధీనం అవగానే ప్రతాపరుద్రుడు స్వయముగ కాంచికి విచ్చేశాడు. కాకతీయుల విజృంభణం చూసి పాండ్యులు, కేరళరవివర్మ మైత్రి పాటించి ప్రచండ సైన్యంతో కంచిమీద ఎత్తివచ్చారు కంచి సమీపంలో భయంకర యుద్ధం జరిగింది ప్రతాపుడు స్వయంగా బలాలుపర్యవేక్షించాడు ఈ రణరంగంలో రేచెర్ల దాచానాయుడు, రెడ్డి వీరులు పాండ్యగజబలాన్ని మహా ధైర్యంతో ఎదుర్కొని ఛిన్నాభిన్నంచేసి విజయం సాధించారు. పరాఙ్ముఖులై దక్షిణానికి తగ్గుతూన్న పాండ్య కేరళులను నిశ్శేషంగా జాడించి సుందర పాండ్యుని పాండ్యసింహాసనంపై కూర్చుండబెట్టుటకు ప్రతాప రుద్రుడు దేవరినాయనింగారికి ఆదేశించాడు దేవరినాయకుడు స్వామి ఆదేశము ప్రకారము సైన్యములునడిపి దక్షిణ ఆర్కాటుజిల్లా జింజీ తాలూకాలోని తిరువడి కున్నమ్ అనేచోట భీషణసమరంలో పాండ్యకేరళులను తిరిగి ఓడించి సుందర పాండ్యుని పాండ్య సింహాసనంపై ప్రతిష్ఠించి విజయయాత్ర ముగించుకొని తిరిగి వచ్చాడు

ప్రతాపరుద్రుడు దక్షిణాదిని కార్యనిమగ్నుడైయున్న సమయంలో ఢిల్లీ రాజరికమునందు మార్పులువచ్చాయి అల్లావుద్దీన్ క్రీ శ 1216 లో మరణించాడు మలిక్‌కాఫూర్ పూర్వసుల్తాను కుమారుడు షిహాబుద్దీనును సింహాసనమీద ఉంచి వ్యవహరిస్తుండగా మరియొక పుత్రుడైన ముబారక్ అనువాడు మలిక్‌కాఫూరును హత్యచేయించి తానే సుల్తాను అయాడు ఢిల్లీలోని రాజ్యాక్రాంతినిచూచి దేవగిరిలో హరపాలదేవుడు తిరుగుబాటుచేశాడు. ప్రతాపరుద్రుడు కప్పంకట్టుట నిలుపుచేశాడు క్రుద్ధుడైన ముబారకుషా పెద్ద సైన్యంతో తరలివచ్చి మహారాష్ట్రుల తిరుగుబాటును క్రూరంగా అంత మొందించి ప్రతాపరుద్రునిపై ఖుస్రూఖాన్ అనే బానిస సేనానిని బలవత్తర సైన్యంతో పంపాడు (క్రీ. శ 1318) తురుష్క సైన్యం సరిహద్దుల మీదికి రాగా ప్రతాపరుద్రుడు సామవిధానం అవలంబించి బకాయిపడిన కప్పపు ధనాన్ని చెల్లించుటకూ ఢిల్లీ ఆధిపత్యం మన్నించుటకూ అంగీకరించాడు దీనితో అనవసర రక్తపాతం తప్పింది

కంపిలియువరాజు ఉద్రేకపూరిత వీరుడు అయిన కుమార రాముని మూలంగా ఓరుగల్లుకు కంపిలివారితో యుద్ధం తటస్థించింది. మూడవ బల్లాలుడు కంపిలివారి రాజ్యభాగము లాక్రమించుకొనగా ఆతనితో యుద్ధానికి సహాయంగా రమ్మని కుమార

రాముడు కోరినాడు. ఒకవంక ముస్లిముల దురాక్రమణ యత్నాలు సాగుచుండగా హిందురాజులలో అన్యోన్య వైరం క్షేమంకాదని ఎంచికాబోలు ప్రతాపరుద్రుడు దానికి అంగీకరింపలేదు దుడుకు యువకుడైన కుమారరాముడు ప్రతాపరుద్రుని అవమానించుటకై కాకతీయ బిరుదులు దాల్చాడు కంపిలివారి ఔద్ధత్యమును అణచుటకై ప్రతాపరుద్రుడు బెండపూడి అన్న మంత్రిని పంపించాడు ఆర్వీటి సోమదేవరాజు కూడ కాకతీయ సైన్యానికి తోడ్పడ్డాడు కంపిలివారి కుమ్మరము కోటపై దాడితో ఈ వివాదం పరిష్కార మయింది

తుఘ్లకు వంశంతో సంబంధాలు: క్రి శ 1320లో ఖిల్జీవంశాన్ని అంత మొందించి తుఘ్లకు వంశంవారు అధికారానికి వచ్చారు ఘియాసుద్దీన్ తుఘ్లకు వీరిలో మొదటివాడు ఇతడు న్యాయబుద్ధి కలవాడని స్థిరసంకల్పుడని పేరు ఉంది. రాజ్యానికి వచ్చిన మొదటి మూడు సంవత్సరాలు ఉత్తర హిందూస్థానంలో తన బలాన్ని నిలుపుకోడానికి ఇతడు కృషిచేశాడు. ఢిల్లీలో తరచు జరుగుతూన్న రాజ్య విప్లవాల మూలంగా ప్రతాపరుద్రుడు కప్పము పంపడం నిలిపివేసి ఉంటాడు. ఇది సాకుగా తీసుకొని దక్కనులో ఇంకా స్వతంత్రప్రతిపత్తితో రెపరెపలాడు మన్న త్రిలింగ రాజ్యాన్ని అంతమొందించడానికి ఘియసుద్దీన్ నిశ్చయించి తన కుమారుడు ఉలూఘ్‌ఖానుని పెద్ద సైన్యంతో తెలుగు దేశంపై పంపాడు ఇతడే భవిష్యత్తులో మహమ్మద్ బిన్ తుఘ్లక్ అని ప్రసిద్ధి పొందాడు ముసల్మాను చరిత్రకారులు ఆంధ్ర రాజ్యాన్ని తిల్లింగ్ అని వ్యవహరిస్తారు తిల్లింగ్ అంటే ఇప్పుడు మనం అనుకొనే తెలంగాణా ప్రాంతం ఒక్కటే కాదని ఓరుగల్లు సామ్రాజ్యాధీనమైన యావదాంధ్ర దేశమనీ గుర్తుంచుకోవాలి ఉలూఘ్‌ఖానుడు క్రీ శ 1323లో తిల్లింగుపై తన మొదటి దండయాత్ర లేవదీశాడు దేవగిరి మీదుగా ప్రయాణం చేసిన ముస్లిం వాహినుల్ని ప్రతాపరుద్రుడు గాఢప్రతాపంతో ఎదుర్కొన్నాడని అయినా వారిది పైచేయి కావడంచేత ఏకశిలానగర దుర్గంలోకి ఉపసంహరించుకున్నాడనీ ఫెరిస్తా వ్రాస్తున్నాడు కాకతీశ్వరుడు పదేపదే చేస్తూన్న పెద్ద పొరపాటు ఒక కోటలో తనకు తాను బందీ అవడమే అని ఈ నాడు మనకు తోచక మానదు ఆ కోట ఎంత బలిష్ఠమైనదైనప్పటికీ నెలల తరబడి ముట్టడికి తాళజాలదు వస్తుసామగ్రి అందదు వేగునడవదు బయటి ప్రజానీకము ప్రభువు దర్శనం లేక సహాయము ప్రోత్సాహము లేక త్వరలోనే నిర్వీర్యు లవుతారు. కోటలో చిక్కుకొన్న వారికి విశాల వ్యూహ సదవకాశము ఉండదు ఇవన్నీ

శత్రువులకు బలం చేకూర్చే కారణాలుగా మారుతాయి దుర్గం వెలుపల ఉన్న సైన్యాలు ముట్టడిదారులను చీకాకుపరచి వారికి వేగుగాని, రస్తు సామగ్రికాని అందకుండా చెయ్యవచ్చు అయితే కాకతియ సైన్యం ఇట్టి వ్యూహానికి అనువుగా ఉన్నట్లు తోచదు ఆంధ్ర నాథుడు నవలక్షధనుర్ధరాధిపతి అనే ప్రశస్తి ఉన్నా ఆతనికి ద్రుతగమనం కల ఆశ్వికబలం తక్కువగానే ఉంది ముసల్మానుల బలం వారి ఆశ్వికదళంమీద ఎక్కువగా నిలిచి ఉంది కాకతీయుల యుద్ధపద్ధతులు ఇంకా ప్రాచీన యుగపు ఆలోచనలమీదే నడుస్తున్నాయి ఇది వారి దౌర్బల్యానికి అంతిమ పరాజయానికి దారితీసింది

ఉలూఘ్‌ఖాను క్రియాకలాపం ఏమంతసుకరంగాలేదు. ఆరునెలల దీర్ఘకాలం అతడు ఓరుగల్లు కోటను ముట్టడించినా ప్రతాపరుద్రుడులొంగివచ్చే సూచనలు కనబడలేదు. తురుష్కస్కంధావారంలో విస్మయము విభ్రాంతికలుగుతున్నాయి. ఢిల్లీ వార్తలు అందడం కష్టమయింది ఉలూఘ్‌ఖానుమిత్రుడు ఉబైదు అనేవాడు ఫలాని దినానికి ప్రతాపుడు పాదాక్రాంతుడవుతాడని జ్యోస్యం ప్రకటించి అట్లా జరగకపోతే తన తలయిస్తానని ప్రగల్భాలు చెప్పాడు. అనుకొన్న రోజుకి ఓరుగల్లు కోట పడిపోయే సూచనలు కనబడకపోవడంతో జ్యోతిష్కుడు ఉబైదు ప్రాణభీతి చెందాడు. ఢిల్లీలో సుల్తాను మరణించాడనీ, ఉలూఘుఖాను సుల్తాను అవబో తున్నాడనీ, సైన్యంలో ఖిల్జీవంశపు సానుభూతులుగల సేనాపతుల్ని రహస్యంగా చంపించడానికి ఇతడు ఏర్పాట్లు చేస్తున్నాడనీ ఉబైదు పుకారులు పుట్టించాడు దీనితో ఖిల్జీ సేనాపతులు ప్రమాదభీతిచే శిబిరం విడిచిపెట్టి అనుచరులతో పారి పోయారు ముస్లింస్కంధావారంలో చెలరేగిన కల్లోలం తెలుసుకొని బోనులో సింహాలవలె కోటలో చిక్కువడిన తెలుగు సేనానులు విజృంభించి కోట వెలువడి వచ్చి ఉలూఘుఖానుపైబడి శత్రువుల్ని చురుమాడుతున్నారు ఖానుడు మార్గాంతరం లేక ప్రాణ సంరక్షణకై దేవగిరివైపు పారిపోయాడు హిందువులు అతన్ని కోటగిరి దాకా తరుముకువెళ్ళారు కోటగిరిని ముట్టడిస్తూన్న ముస్లిందళవాయిమజీరు అబూరిజా అనునాతడు రాజకుమారుణ్ణి ఆదుకొని క్షేమంగా దేవగిరి చేరడానికి తోడ్పడ్డాడు

సుల్తాను ఘియాసుద్దీను తనకుమారుని పరాజయంవిని ఆగ్రహావిష్టుడై పారి పోయివచ్చిన సేనానులను కఠినంగా శిక్షించి వెంటనే మరొక ప్రచండ సైన్యం ఆయత్తంచేసి దేవగిరిలో ఉన్న కుమారుడికి పంపించి ఓరుగల్లును పట్టుకొని తీరవలెనని

శాసించాడు ఉలూఘుఖానుడు మొదటి దండయాత్రకి నాలుగునెలల వ్యవధిలోనే మరొక బ్రహ్మాండమైన సైన్యంతో కాకతీయ సామ్రాజ్యంపై యుద్ధ ప్రస్థానం సాగించాడు ఇక్కడ ఆంధ్రాధనీశుడు తన సేనల్ని అభినందిస్తూ విజయోత్సవం కోలాహలంగా చేస్తున్నాడు అంతటితో ఆగలేదు అంతగాదెబ్బతిన్న ముస్లిం సైన్యాలు ఇంతలో మళ్ళీ తనమీదకురావని కాకతీయులు విశ్వసించి సంరక్షక చర్యలు సైనికకట్టుబాటులు అన్నీ గాలికి వదలివేసి వేడుకల్లో నిమగ్నులయి పోయారు ఖడ్గానికి ఇంతలో ప్రసక్తి రాదని, ప్రజలు కలమూ హలమూ చేపట్టి వ్యవసాయమూ పంట పర్యాయాలు చూసుకుంటూ సుఖవాయువులు పీల్చవచ్చునని ప్రతాపరుద్రుడు అభిభాషించాడట దుర్గములు మరమ్మతులు సంరక్షక సైన్యాలు లేకుండా ఉపేక్షింపబడ్డాయి అన్నింటినిమించి ప్రతాపరుద్రుడుచేసిన మేటి పొరపాటునుగూర్చి ముస్లించరిత్రకారులు వ్రాసిపెట్టారు ఏకశిలానగరమధ్యంలో నిక్షిప్తమైయున్న ధాన్యరాసులను విచ్చలవిడిగా ప్రజలకు అమ్మివేసారు ప్రతాపరుద్రుడు అపారమైన ఆత్మవిశ్వాసంకలవాడే అయినప్పటికి 'ప్రాయస్సమాపన్న విపత్తికాలే, ధియోపి పుంసాంమలినీభవంతి' ఏపత్తురాబోవుచుండగా బుద్ధిమంతుల ఆలోచనలు కూడా తప్పుదారిని పట్టిరాయి' అనేది వాస్తవమయింది ముస్లింసేనా సాగరం మళ్ళీ ఆంధ్రదేశం మీద ముంచెత్తుకువస్తూందని వార్తలురాగానే కాకతీయులు మేల్కొన్నారు అప్పటికే కాలాతీతం అయిపోయింది ఉలూఘ్ఖానుడు వెగ ప్రయాణాలతో సాగి సరిహద్దు దుర్గమైన బీదరుకోటను స్వాధీనంచేసుకొన్నాడు ఇతరదుర్గాలుకూడా సంరక్షకబలాలు తగినంతలేకపోవడంచేత సులభంగా తురుష్కులకు చేజిక్కాయి ఆ కోటల్ని కాపాడడానికిఖానుడు బలిష్ఠమైన పటాలాలను నిలిపి ఎట్టి సందర్భాల్లోను శత్రువులకు లొంగిపోరాదని కట్టుదిట్టంచేశాడు ఖానుబలాలుత్వరలోనే బోధను దుర్గాన్ని ముట్టడించి మూడునాలుగురోజుల్లో సాధించాయి ఇది ఓరుగల్లుకు పది దినాల ప్రయాణంలో మాత్రమే ఉన్నది బోధనులోని సంరక్షకులు ప్రాణభీతిచే ఇస్లాంమతంపుచ్చుకొని ప్రాణాలు కాపాడుకొన్నారట వెంటనే ఉలూఘ్ఖానుడు తరలిపోయి ఓరుగల్లుకోట ముట్టడి ప్రారంభించాడు

ఈ రెండవ ముట్టడి కూడా 5 మాసాల వరకూ సాగితేకాని ఏకశిలానగరము శత్రువులకు లొంగలేదు హతాశులయ్యా కాకతీయ సేనానులు యశోవా మృత్యుర్వా అనే స్థిరసంకల్పంతో భయంకర యుద్ధాలు చేశారు ఓరుగల్లుకోట రెండవ ముట్టడికి సంసిద్ధంగా లేకపోవడంచేత వారి శౌర్యాగ్ని వ్యర్థమే అయింది. ముఖ్యంగా కోటలో

ధాన్యం అంతా ఖర్చయి పోవడంచేతనూ క్రొత్త సామగ్రి తెప్పించుకొనే
లేకపోవడంచేతనూ దుర్గంలో క్రిక్కిరిసి ఉన్న సైన్యాలకీ జనానీకానికి
పదార్థాలు కొరవడి వారు కటకట లాడిపోయారు. జనసంక్షోభం చూడలేక,
వారించే మార్గం లేక ప్రతాపరుద్రుడు శత్రువులకు తన్నర్పించు కొనుటకు
ుంచి కోట తలుపులు తెరిపించి ఉలూఘ్‌ఖానుకు పశుడైపోయినాడు ఈ
మ సంగ్రామాన్నిగూర్చి సిద్దేశ్వర చరిత్ర అద్భుత వృత్తాంతాలతో కరుణాత్మ
దేశభక్తి పూరితంగా వ్రాసింది పూర్వ వృత్తాంతాలనుబట్టి కాకతీయ
ులలో కొన్ని వర్గస్పర్ధలు ప్రతాపరుద్రుని బందీగా చేయుటకు తోడ్పడినవా
శంకకలుగుతుంది. ముస్లిం రచయితలు ఒరుగల్లు పతనము అవలీలగా
ినట్లు చెప్పుకుంటారుకాని అది భీషణ సంగ్రామం లేకుండా జరిగినట్లు
ప బందీ అయిన ప్రతాపరుద్రుని తెలుగు దేశంలో ఉంచడము ప్రమాదకర
ఉలూఘ్‌ఖానుడు ఆతనిని తనకు విశ్వసనీయులైన ఖాదర్‌ఖాను, ఖాజాహాజీ
సేనానుల పరంచేసి పటిష్ఠమైన సైన్య సహాయంతో ఢిల్లీకి తరలించాడు.
భక్తి పరులైన కాకతీయ సేనానులు తమ ప్రభువును విడిపించుకోడానికి
పయత్నాలు చేసి ఉంటారనేది కూడా తథ్యము. పూర్వాఖ్యానాలను బట్టి
పరుద్రుడు బందీ విడివడివచ్చి కాళేశ్వరక్షేత్రంలో కొంతకాలం ఉండి శివ
ుకి కేగినాడనే భావం ప్రజల్లో వ్యాపించింది రేచెర్ల పెదసింగమనాయనికి
బందీ విమోచక' అనే బిరుదు ఉండడంవల్ల పద్మనాయకవీరులు ప్రతాప
ని ముసల్మానుల నుండి విడిపించారనే భావం పూర్వ చారిత్రకుల్లో కూడా
ి కాని ముసునూరి ప్రోలయ నాయకుని విలసతామ్ర శాసనంవల్ల (క్రీ శ.
) ప్రతాపరుద్రుడు బందీగా కొనిపోవబడుతూ సోమోద్భవా తీరంలో
దానది) దివంగతు డయాడని తెలుస్తూంది ఇది ఏకశిలానగర పతనానికి
ంత సన్నిహిత కాలంలో వెడలిన ఆధారం అవడంచేత విశ్వాస యోగ్యంగా
. క్రీ శ 1423 ప్రాంతంలో వెడలిన అనితల్లి కలువచేరు శాసనం కూడా
ంశాన్ని సమర్థిస్తూంది ప్రతాపరుద్ర చక్రవర్తి స్వేచ్ఛచేతనే స్వర్లోకవాసి
డని దీనిలో వ్రాయబడింది అనగా ఈ మహారాజు నర్మదాతీరంలో
స్త్రముతోనో ఇష్టభృత్యుల హస్తంతోనో దేహత్యాగం చేశాడని ఊహింప
తూంది అది యుక్తమే చక్రవర్తుల యింటపుట్టి, చక్రవర్తియై తెలుగు దేశం
గు చెరగులూ పరిపాలించి అవసాన దశయందు ఒక బందీగా ఢిల్లీ వీధులలో
ింపబడడంకంటె మరణమే మేలని మానదుర్యోధనుడైన ఈ రాజన్యుడు

నిశ్చయించి ఆత్మఘాతకు కృతసంకల్పుడైనాడు. నవలక్ష ధనర్ధరాధిపతిని ప్రముక్కడి మానినివలె ఢిల్లీకి తేగలిగినామనే గర్వ సంరంభము ఉలూఘ్‌ఖాను అనుచరులకు దక్కలేదు. ఇంతటితో దిగంత విశ్రాంత కీర్తియైన కాకతీయ సామ్రాజ్యం అస్తమించింది

ప్రతాపరుద్రునకు ఔరససంతాన మున్నట్లు విశ్వసనీయమైన ఆధారాలులేవని చారిత్రకులు భావిస్తున్నారు. పూర్వవృత్తాంతాల్లో ఈయన రాణిపేరు విశాలాక్షి అని కనబడుతుంది. ఆమెకు ఇద్దరు కుమారులున్నట్లును వ్రాత ఉన్నది వినుకొండ వల్లభరాయని క్రీడాభిరామంలో మాచెల్దేవి యనువారవనిత 'ప్రతాపరుద్ర ధరణీశోపాత్తగోష్ఠీవారణ' అని పొగడ్తపొందింది ఈమె నృత్యసంగీతాది కళలలో పేరుకాంచి యుండవచ్చును కడపజిల్లా ఉప్పరపల్లి గ్రామంలోని ఒక శాసనంలో జుట్టయలెంక గొంకారెడ్డి ప్రతాపరుద్రుని ప్రియతనయుడని చెప్పబడింది ఇది ఆలంకారిక రచనయేకాని వాస్తముకాదని తోస్తుంది గొంకారెడ్డి తండ్రి జుట్టయలెంక అని పేరులోనే కనబడుతుంది గొంకారెడ్డి మహాపరాక్రమశాలియైన సేనాపతియై ప్రతాపరుద్ర చక్రవర్తికి ప్రియతముడై పుత్రసదృశుడుగా చూడబడియుండ వచ్చునుకాని ఔరసపుత్రుడుకాడని చెప్పుచున్నారు. ప్రతాపరుద్రునికి అన్నమదేవుడనే సోదరుడున్నాడు ఇతడు మధ్యప్రదేశ్‌లోని బస్తరు రాజ్యాన్ని ఏలిన వంశానికి మూలపురుషుడుగా చెప్పబడుతూంది ఏకామ్రనాథుడు, కాసెసర్వప్ప తమ గ్రంథాల్లో శివుని అపరావతారంగా వర్ణించిన కాకతీయుల మంత్రిసత్తముడు శివదేవయ్యగారి ప్రశంస శాసనాదుల్లో ఎక్కడా కనబడలేదు. గణపతిదేవుని దీక్షాగురువైన విశ్వేశ్వర శివాచార్యుడే మంత్రి శివదేవయ్యగారు కావచ్చునని కొందరు భావించారు పూర్వ వృత్తాంతాల్లో ఈయన ప్రతాపరుద్రుని రాజ్యాంతందాకా ఉన్నట్లు వర్ణించడంచేత విశ్వేశ్వర శంభువు శివదేవయ్య కాకపోవచ్చును విశ్వేశ్వర శంభువు కుమారుడు పరిపూర్ణ శివమహాముని ప్రతాపరుద్రుని కాలములో ఉండి ఆయనకు దీక్షాగురువై యుండవచ్చును. శ్రీమత్ప్రతాపరుద్రుడు ఆనందసంవత్సరమున జన్మించి అనంతర షష్టివర్ష చక్రములోని రుధిరోద్గారి సంవత్సరమున శివలోకమున కేగినట్లు నిర్ణయింప దగియున్నది. ఈ విధంగా ఆయనకు ౬౯ సంవత్సరాల జీవితకాలం వస్తూంది.

కాకతీయయుగము - సాంఘికజీవితము

'రాజానం ప్రథమం విందేత్ । తతో భార్యాం తతో ధనమ్' మంచిరాజును ముందు చూసుకోవాలి తరువాత భార్యను, తరువాత ధనాన్ని పొందాలి అని మహాభారతంలో ఒకచోట చెప్పారు రాజ్యస్థైర్యంలేకపోతే కుటుంబమూలేదు సౌఖ్యమూ లేదన్నమాట మంచి రాజరికము అంతముఖ్యమైనది ఈ దృష్టితోచూస్తే కాకతీయ యుగపు ప్రజలు మంచిరాజరికాన్నే అనుభవించారని చెప్పవచ్చును ఆ కాలంలో యుద్ధాలు లేకపోలేదు మతకలహాలు లేకపోలేదు. ప్రకృతివైపరీత్యాలుకూడా ఉండే ఉంటాయి మొత్తంమీద తెలుగు దేశము రాజన్వంతమై ఉండేదని లభించిన ఆధారాల మూలంగా చెప్పవచ్చును

కాకతీయులు ప్రధానంగా ప్రాచీనహిందూ రాజనీతి పద్ధతినే అవలంభించారు. దీని ముఖ్యలక్షణము ధర్మము అది వేదశాస్త్రవిహితమై అనుభవజ్ఞులైన పెద్దలచేత పరిష్కృతమవుతుంది ఈ యుగంలో చిన్నచిన్న రాజనీతి విషయక రచనలు బయలుదేరాయి ప్రతాపరుద్రుని నీతిసారము, శివదేవయ్యగారి పురుషార్థసారము, బద్దెన నీతిశాస్త్రముక్తావళి, సుమతీశతకము, మడికిసింగన సకలనీతి సమ్మతము ఇటువంటివి మడికి సింగన తరువాతికాలమువాడైనా ఆతడు ఉద్ధరించిన గ్రంథాలు కాకతీయయుగమునాటివి కావచ్చును ఆ కాలంలో ప్రభుత్వం రాజప్రధానమైనది గనుక రాజు విద్యాధికుడై వేదశాస్త్రపరిజ్ఞానం కలవాడు కావాలని భావించేవారు. రుద్రమదేవి తన మనుమడై ప్రతాపరుద్రుని విద్యాశిక్షణ విషయంలో చాలా శ్రద్ధ వహించినట్లు చదివాము ఎంత సమర్థుడయినా రాజునకు మంత్రులసలహా సహాయములు తప్పవు. మంత్రిమండలిలో మహాప్రధానులు, ప్రధానులు, అమాత్యులు, ప్రెగ్గడలు ఉండేవారు. వీరు నిర్వహించే వేర్వేరు బాధ్యతలు మనకంతగా తెలియవు. మహాప్రధానులు కొందరు ప్రాంత పరిపాలకులుగాకూడ ఉండేవారు కొలని సోమయ మంత్రి, ముప్పిడినాయకుడు, జుట్టయ లెంకగొంకారెడ్డి ఇటువంటివారు వీరు దండ నాయకులుగాకూడా ఉండేవారు. మంత్రిపదవిని తీర్థము అనేవారు తీర్థములు 18-21 మధ్య ఉండేవి. అంటే మంత్రిమండలి సంఖ్య 18-21 వరకూ ఉండేదన్న మాట. మంత్రులను యోగ్యతనుబట్టి నియమించేవారు. వారు ఉపధాశుద్ధులుగా ఉండాలని మహాభారతము చిన్న ఉద్యోగములనుండి అమాత్యపదవిదాకా సమర్థులైన వారు ఎట్లా వెళ్ళగలిగేవారో చెల్లకి గంగాధరమంత్రి ఉదంతంవలన తెలుస్తుంది.

ఈతని వృత్తాంతం కరీంనగరం శాసనంలో దొరుకుతూంది ఇతడు బాల్యమునందే మొదటి ప్రోలరాజు కొలువులోచేరి సామర్థ్యంచేతనూ స్వామిభక్తిచేతనూ రుద్రదేవుని కాలానికి అమాత్యుడయ్యాడు మంత్రులకు వృత్తులు, అందలాలు, శ్వేతచ్ఛత్రములు మొదలైనవి ఇచ్చేవారు మంత్రులుకాక ఇతర ఉద్యోగములను నియోగములు అనేవారు ప్రభుత్వోద్యోగములలో 72 శాఖలు ఉండెడివి విటినే బాహత్తర నియోగములనేవారు. కాయస్థుడు గంగయ సాహిణి గణపతిదేవ చక్రవర్తికాలంలో బాహత్తర నియోగాధిపతిగా ఉండేవాడు రాజు తరువాత ప్రభుత్వభారం వహించేవారు సామంత శూరకుటుంబములవారు వీరిలో రేచెర్ల మల్యాల, గోన, పద్మనాయక వంశములవారు సుప్రసిద్ధులు ఒక విధంగా చెప్పాలంటే కాకతీయ యుగశోభ సగానికి సగము సామంత ప్రభువంశాలకు చెందుతుంది వారు ప్రజాహితతత్పరులై గుళ్ళు గోపురములు కట్టించుట, చెరువులు త్రవ్వించుట, కవి పండితగాయకులను పోషించుట చేసేవారు

పరిపాలనావ్యవస్థ దేశాన్ని పరిపాలనా సౌకర్యానికై స్థలము నాడు, విషయము కంపనము మొదలగు విభాగములుగా విభజించేవారు వాడి (వాటి) అనేది కూడా ఒకదేశ విభాగము-నతవాడి, మార్జవాడివంటివి (భూమి-ఆరెభూమి) గ్రామ స్వపరిపాలన ఆ యుగంలో విస్తారంగా ఉండేది గ్రామ పరిపాలనకు ఆయగార్లు అనే ఉద్యోగులు, వృత్తులవారు ఉండేవారు వీరందరికి వృత్తు లిచ్చేవారు ఆయగార్లు పన్నెండుమంది ఉన్నారు కరణము, పెద్దకాపు లేక రెడ్డి, తలారి పురోహితుడు, కమ్మరి, కంసాలి, వడ్రంగి, కుమ్మరి, చాకలి, మంగలి, వెట్టి, చర్మకారుడు వీరుకాక నీరుకట్టు ఒక గ్రామోద్యోగి గ్రామపు చెరువు నీటిని వ్యవసాయానికి అందచెయ్యడం, ప్రభుత్వానికి దీనిపై రాగల ఆదాయాన్ని తెలియబరపడము ఇతని పనులు కొందరు గ్రామోద్యోగులకు భూమి రూపమున వృత్తులేకాక ధాన్యపు చెల్లుబళ్ళు కూడా ఉండేవి వీటిని మేరలు అనెవారు వీరందరును గ్రామమహాజన సభకు అధీనులై తమ తమ ధర్మములు నిర్వహించాలి

దేశరక్షణ-సైన్యము దేశరక్షణకై కాకతీయులు ఆ కాలపు ప్రమాణాలను బట్టి మంచి వ్యవస్థయే చేశారని చెప్పవచ్చును సైన్యమునందు గజ, తురగ, పదాతులు ముఖ్య సాధనములు ప్రాచీనమైన చతురంగబల వ్యవస్థయందు రథములు చాల కాలము క్రిందటనే అదృశ్యమైనవి పదాతులలో విండ్ల వారికి ఎక్కువ ప్రాధాన్యం ఉండెది అందుచేతనే ప్రతాపరుద్రుడు నవలక్ష ధనుర్ధరాధిపతి

అని సగర్వంగా ప్రకటింపబడ్డాడు. దేశరక్షణలో దుర్గములకు అగ్రస్థానము ఇచ్చే వారు. కోటలు నాలుగు విధములు. స్థల, జల, గిరి, వనదుర్గములు. ఓరుగల్లు, ధరణికోట వంటివి స్థలదుర్గములు. దివి, కొలను (కొల్లేరు) వంటివి జలదుర్గములు. అనుమకొండ, రాయచూరు, గండికోట వంటివి గిరిదుర్గములు. కందూరు, నారాయణవనము వంటివి వనదుర్గములు. కోటల రక్షణకు నాయకుల్ని నియమించేవారు. ఏకశిలానగర దుర్గాన్ని రక్షించుటకు బురుజుకు ఒకరుచొప్పున 77గురు నాయకులు నియమింపబడిరి. నాగయగన్న సేనాని ప్రతాపరుద్రుని కటకపాలకుడు. ఓరుగల్లు దుర్గాధ్యక్షుడు కావచ్చును. సైన్యమునందు ప్రధానముగా రెండు అంగములు. మూలబలములు. ఇవి ప్రభుత్వము స్వయముగా ఏర్పరచి పోషించునవి. రెండవరకము సామంత లేక నాయక సైన్యములు. రాజునకు యుద్ధములో తోడ్పడుటకై సామంతులును ఇతర నాయకులును పటాలములను సిద్ధముచేయ వలసి యుండును. వీరి జీతభత్యములకును నాయకుని భోగమునకును ఇవ్వబడు భూములు నాయంకర భూములు. వీటిని అనుభవిస్తూ వారు సైన్యాలను సేకరించి ఉంచి ప్రభువు కోరినప్పుడు రణరంగానికి నడుపుకు పోయెదను. సైన్యసేకరణ, శిక్షణ విషయంలో శ్రద్ధవహించేవారు. ఒక్కొక్క సైన్యాంగానికి ఒక అధ్యక్షుడు సేనాపతి ఉండేవాడు. జాయప సేనాని కాకతి గణపతి దేవుని గజసైన్యాధ్యక్షుడు. గంగయసాహిణి అశ్వసాధనికుడు అని చెప్పబడుటచే ఈయన అశ్వాధ్యక్షుడని ఊహించవచ్చును. ప్రతాపరుద్రుని కాలంలో పద్మనాయక వీరుడు ఎఱదాచా నాయడుగ గజయుద్ధమునందు ప్రముఖుడు. పాండ్యులతో కాంచీపురము వద్ద జరిగిన భయంకర సంగ్రామంలో ఈతడు పాండ్యుల గజబలాన్ని అరికట్టి కాకతీయులకు విజయం సమకూర్చాడు. ప్రతాపరుద్రుని కాలంతో ఆశ్వికసైన్యాకి సాహిణి మారయ సేనాని అధిపతి. భాస్కరరామాయణ కృతిభర్తలలో ఇతడొకడు. కాకతీయ ప్రభువు లందరూ వీరులవడంచేత వారు తమ సైన్యాల్ని తామే నడిపేవారు. రుద్రమదేవి కూడ వీరవనితయై దేవగిరి యాదవులపై విక్రమించిన విషయం చదివాము. సైన్యాధిపతులకు పట్టసాహిణి, మహారాయ పట్టసాహిణివంటి అధికారద్యోతక శబ్దాలు చేర్చేవారు. యుద్ధసైన్యాలు కాక రాజుయొక్క అంగ రక్షకై కొంత బలగం ఉండేది. అంగరక్షక నాయకుల్ని 'లెంకలు' అనేవారు. కాకతీయ శాసనాల్లో లెంకపదవిని దాల్చినవారు చాలా కనబడతారు. జుట్టయ లెంకగొంకారెడ్డి ప్రసిద్ధుడు. పోచలెంక తండ్రి మహారాయలు సకల సేనాధిపతి సోమయలెంక అనునాతడు. పోచలెంకగారు ప్రతాపరుద్రుని అడపము వహించు

వాడు. పెద్దయలెంకచక్రవర్తి ఇలవట్టము పట్టేవాడు రాయగజసాహిణి మారయ రెడ్డి తమ్ముడు అన్నయలెంక అనునాతడు

వ్యవసాయము-నీటి పారుదల: ప్రభుత్వము యొక్క ముఖ్య ఆదాయ సాధనము భూమి, అచ్చటి పంట పర్యాయాలు భూములు రెండు రకాలు నీరు నేల అనగా పల్లపు భూమి లేక మాగాణి. వెలిపొలము రెండవది. మెట్టనేల, గరపనేల. దేశాభ్యుదయం విస్తారంగా పంటపర్యాయాలమీద ఆధారపడడంచేత మాగాణిపంట బాగా అవడానికి నీరు పుష్కలంగా ఉండాలి కనుక జలనిక్షేపములు, నీటి పారుదల విషయంలో కాకతీయ యుగంవారు అపారమైన శ్రద్ధచూపెట్టేవారు. వర్షపు జలాన్ని అడ్డకట్టలువేసి జలాశయములు ఏర్పరచడం ఆనాటి ప్రత్యేకకళ ఇవి కుంటలు, చిన్న చెరువులు, పెద్ద చెరువులు, సాగరములు సముద్రములు రూపం దాల్చేవి రాజు స్వయముగా కొన్ని జలాధారాలు కల్పించవచ్చును మొదటి ప్రోలరాజు కాలంలో కేసరి సముద్రం అనే చెరువు త్రవ్వించాడు రెండవ బేతరాజు సెట్టికెరె అనే చెరువు త్రవ్వించి దానికి వరుణప్రతిష్ఠ చేశాడు వరుణుడు జలాధిపతి కనుక ఆ తటాకానికి అవిరళ జలప్రాప్తికై వరుణదేవుని స్థాపించి ఉంటారు రుద్రదేవుడు చోడోదయుని నగర స్థానంలో పెద్ద తటాకమును కల్పించాడట గణపతిదేవుడు నెల్లూరు, ఏలూరు, గోదావరీ తీరమందలి గణపురము, ఏకశిలానగరానికి నైరృతి దిక్కున ఉన్న మరియొక గణపురము మున్నగు పెక్కు స్థలాల్లో పెక్కు చెరువులు నిర్మించినట్లు ప్రతాపచరిత్ర చెప్పుతూంది ప్రతాపరుద్రుడు పాఖాల చెరువు నిర్మించినట్లు పూర్వ వృత్తాంతాల్లో ఉంది కాని ఈ బృహత్తటాకము గణపతిదేవుని కాలానికే ఉన్నట్లు శాసనాలవల్ల తెలుస్తూంది ప్రతాపరుద్రుడు ఆ ప్రాంతంలో మరియొక కాసారం త్రవ్వించి ఉండవచ్చును. రాజును మించి సామంత కుటుంబములవారు, పెద్ద ఉద్యోగులు, ధర్మబుద్ధిగల పలువురు ఇతరులు ఎన్నియో చెరువులు తెలంగాణంలో త్రవ్వించారు తటాక నిర్మాణము సప్తసంతానములలో ఒకటిగా భావింపబడేది అది పుణ్యహేతువగుటచే ఏ మాత్రము జరుగుబాటు ఉన్న సంపన్నులైననూ కుంటనుండి సముద్రందాకా జలాశయాలు నిర్మించేవారు. ఇది వ్యవసాయానికి గొప్ప ఉపకారమైంది మల్యాల, రేచెర్ల వంశముల వారు తటాక దేవాలయ నిర్మాణాలచే చిరకీర్తులయారు. చౌండసముద్రము, బాచసముద్రము, గణపసముద్రము కుప్పసముద్రము ఇత్యాదులు మల్యాలవారి ప్రతిష్ఠాపనములు. సబ్బసముద్రము, నామసముద్రము,

ఎఱ్ఱసముద్రమువంటివి రేచెర్లవారి నిర్మాణములు నదులనుంచి నీరు తెచ్చుటకును, పెద్ద చెరువులనుండి సాగుబడి భూములకు నీరు పారించుటకును కాలువలు త్రవ్వించె వారు ఇటువంటి కాలువల ప్రసక్తి శాసనాల్లో తరుచు కనబడుతుంది కుప్పమాంబ కాలువ, పోత్రవెడ్డి కాలువ, దాడ్ల కాలువవంటివి ఉదాహరణములు కాయస్థ అంబదేవుని రాజ్యంలో అంబసముద్రము, ఊటుకూరు సముద్రమువంటి చెరువులును రాయసహస్రమల్ల కాలువ, గండపెండార కాలువవంటి కాలువలును వెలసినవి ఊటల జలమును ఉపయోగించుకోడానికి ఊటకాలువలు త్రవ్వుచుండిరి. సేద్యానికి అనుకూలమైన భూమి పరిమితిని పెంపొందింప చేయుటకై ప్రతాపరుద్రుని కాలంలో విస్తారంగా కృషిజరిగింది కడప కర్నూలు జిల్లాలలోని సాంద్రారణ్యము లను కొట్టించి, జనావాసానికి అనుకూలంగాచేసి అగ్రహారములు స్థాపించారు అక్కడ వీలైనన్ని సౌకర్యాలు కల్పించి రైతులను రప్పించేవారు వారిని ప్రోత్సాహపరచడానికై మొదట మొదట మొదట పన్నులు లెకుండాచేసి మూడు సంవత్సరాల తరువాత కొద్దిగా పన్నువేసి పది సంవత్సరాల కాలంలో ఇతర భూముల వరవడికి వచ్చేటట్లు చేసేవారు క్రొత్తగా ఏర్పడిన అగ్రహారాల్లో వ్యవసాయానికి భూములు, నీటిపారుదల సౌకర్యాలు, ఇళ్ళు కట్టుకొడానికినివేశన స్థలాలు ప్రసాదించేవారు అంబదేవునిమీదకు ఎత్తిపోయేటప్పుడు ప్రతాపరుద్రుడు ఇరుగప్ప కేతినాయకుడను నాతనిని అడవులు కొట్టించి అగ్రహార నిర్మాణం చెయ్యమని ఆజ్ఞాపించాడు ఈ విధంగా పునరావాసయోగ్యమైన ప్రదేశమే దుప్పి పాడు లేక దూపాడు పరగణాగా పరిణమించింది ఇట్లే కర్నూలు జిల్లాలో సిరిసింగలిరాజు, విడెము కొమ్మయ అనువారు ప్రతాపరుద్రుని ఆజ్ఞచే అరణ్యముల ఛేదించి వ్యవసాయానుకూలంగా చేశారు

పన్నుల విధానము కాకతీయ యుగంలో వ్యవసాయము, వాణిజ్యము రాజ్యసేకరణకు ప్రధాన ఆధారాలుగా ఉండేవి భూములను నీరునేల, వెలిపొలము, తోటపొలము అని మూడుగా విభజించేవారు దర్శనములు, అప్పనములు, కానుకలు రాజసందర్శన కాలంలో జనులు చెల్లించవలసినవి రాజునకు ఇదియొక ఆదాయ సాధనము ఇవి నిజాముల కాలంలోని నజరానాల వంటివి భూములను గడలతో కొల్చేవారు కేసరి పాటిగడ ఒక భూమానదండము భూమి పరిమితి చెప్పడంలో మత్తురు, పుట్టి, ఖండికపదాలు కనబడుతున్నాయి పన్నులు ధాన్యరూపంలోను నాణెముల ద్వారాను కూడా వసూలు చేయబడుచుండెడివి వెలిపొలము తోట

పొలములమీద కట్టుబళ్ళ నగదురూపంలో ఉండేవి వీటిని పుట్టిపహిండి (పసిడి కాకచ్చుపు, తోటసుంకము అనేవారు ప్రభుత్వానికి చెల్లే ధాన్యం నిసలుగా కొలవడానికి కొలగాండ్రు ఉండేవారు కొలతలలో తేడాలువస్తే పరిష్కారం చెయ్యడానికి తీర్పర్లు ఉండేవారు దేవబ్రాహ్మణ వృత్తులు సాధారణంగా పన్ను మినహాయింపు కలిగి ఉండేవి కొన్ని సందర్భాలలో వీటిమీద కూడా నామమాత్రపు పన్ను వసూలుచేసేవారు మాగాణి పన్నును 'పర' అనియు మెట్టపన్నును 'పంగము' అనుటయు కలదు. భూమి శిస్తును సామాన్యంగా 'అరి' అని పిలిచేవారు పన్నులు కట్టేరైతులు అరికాపులు

వాణిజ్యంమీద వేసే పన్నులకును సామాన్యంగా సుంకములు అనేవారు వస్తువుల ఎగుమతి దిగుమతుల మీదనూ, సంతలు మున్నగు వ్యాపారస్థలాల్లో అమ్మకానికి వచ్చే వస్తువులమీదనూ వేసేవి సుంకములు ఉప్పుమీద కూడా సుంకము ఉండేది. ఉప్పుకొఠార్లు సముద్రతీరమందలి పెదగంజాము. చినగంజాము కడకుదుర, చోంపరేల, కనుపర్తి, దేవరంపల్లి పాందొర్తి మున్నగు స్థలాల్లో ఉండేవి భూమిశిస్తులు వసూలు చెయ్యడానికి ప్రభుత్వసేవకులు గ్రామ మునసబు కరణాలు ఉండేవారు వాణిజ్యపు పన్నులు సాధారణంగా వర్తకసంఘాలకు అప్పగించినట్లు కనబడుతూంది వర్తకసంఘాలను శ్రేణులు అనేవారు వర్తకసమాజాన్ని 'వీరభలంజ' ధర్మము అని వ్యవహరించేవారు వీరిలో దేశీయులు విదేశీయులు అయిన వణిక్శ్రేష్ఠులు సభ్యులు. ఆయా వాణిజ్య సరకులమీద ప్రభుత్వానికి రావలసిన ఆదాయంకోసం వేలం పాటపాడి నిర్ణయించినట్లు తోస్తుంది వేలంపాటదారులు తనుకు అనుకూల మయిన పన్నులను దుకాణముల మీదను వస్తువుల మీదనూ వేయుచుండిరి సంతలు కూడ ఈ వ్యవస్థక్రింద వచ్చేవి వీరభలంజ ధర్మము వారు తమ రాబళ్ళు వసూలు చేయుటకై సుంకరులను ఏర్పాటు చేసేవారు ఒక్కొక్కప్పుడు వర్తకశ్రేణులు విధించే సుంకాలు పీడాకరమై ఉంటే ఏలికయైన ప్రభువు తనకు ఉచితమని తోచిన సుంకపుకేట్లు ప్రకటించునట్లు సూచనలు ఉన్నాయి కొన్ని సంతశాసనాలలో ఏ వస్తువుమీద ఎంత పన్ను చెల్లించవలెనో ప్రకటిస్తూ ధరలపట్టిక నంటిది కనబడుతుంది మొత్తంమీద వీరభలంజ ధర్మవర్తకులు ధనాఢ్యు లవడంచేత చాలా చెల్లుబడి కలిగి ఉండేవారు వీరు న్యాయనిర్ణయంచేసి నిందితులను శిక్షించిన ఉదాహరణలు కలవు. నంద్యాల స్థలంలో ప్రతాపరుద్రుని కాలమాన వర్తకశ్రేణివారు తమకు వ్యతిరేకులుగా ఉండిన సుంక

కరణాలను సంహరించినందుకు లోకిశెట్టి కొడుకు అత్తెనకు పన్నులేకుండా కొన్ని పదార్థాలల్లో వ్యాపారం చేసుకొనే రాయితీ కల్పించారు పిరభలంజ ధర్మంవారు సైన్యసేకరణ కూడ చేసి రాజులకు యుద్ధంలో తోడ్పడుతుండేవారు ఇట్టి సైన్య విభాగాన్ని శ్రేణీబలము అనేవారు

సరుకులను పెరికలలో ఎత్తి (నంచులు) ఎడ్లమీద మోయించుకుని వెళ్ళే వారు వీటికి పెరికె ఎడ్లు అనిపేరు దీనిమీద పెరికఎడ్ల సుంకము పుట్టించి అమ్మబడి సుంకము వస్తువులమీది అమ్మకపు పన్ను. వస్తువులు అమ్మే అంగళ్ళ మీద కూడ పన్ను ఉండేది ఇది అమ్మకడ సుంకము నూనె గానుగల మీద గానువులముద్ర సుంకము వసూలు చేసేవారు ఉప్పుపెరికె సుంకము ఉప్పుబస్తాల మీది పన్ను. పుల్లరి సుంకము అనేది ప్రభుత్వాదాయానికి వెళ్ళేది గడ్డి, పుల్లక బీళ్ళు – వీటిమీద దీనిని విధించేవారు రాజునకు కొన్ని గ్రామాల్లో స్వంతభూములు ఉండేవి వీటిని రాచదొడ్డి అనేవారు. ఇవి నిజాముల కాలంలో ఉండిన సర్ఫేఖాసు భూముల వంటివి కావచ్చును తలారి పన్ను, బంటులపన్ను అనునవి ఉండేవి. గ్రామరక్షణ కేర్పడిన తలారిభటుల జీతమునకు ఉపయోగపడేది తలారి పన్ను. బంటులపన్ను సైన్యంలోని పదాతివర్గం వారి జీతభత్యాలకు వేసే ఆదాయ సాధన మని కొందరు భావించారు.

అంతర్దేశ వ్యాపారమే కాక ఈ యుగమునందు సముద్ర వ్యాపారమునకు గూడ పోషణ బాగుగా లభించినది. మోటుపల్లి రేవును విదేశీ వాణిజ్యానికి అను కూలంగా చేస్తూ కాకతి గణపతిదేవ చక్రవర్తి గైకొన్న చర్యలను చదివి యున్నాము.

ప్రభుత్వ విధానము-కొన్ని విశేషములు : కాకతీయులనాటి పాలనావ్యవస్థకు సంబంధించిన కొన్ని విశేషాంశాలు పూర్వలేఖనములైన ప్రతాపచరిత్ర, సిద్దేశ్వర చరిత్ర గ్రంథములలో లభిస్తున్నాయి. ఈ రచనలు విస్తారముగా అద్భుతవృత్తాంత ములతోను, పుక్కిటి చారిత్రకాంశములలోను నిండి ఉండటంచేత విమర్శకులు వీటిసాక్ష్యమును విశ్వాసార్హముగా పరిగణించడంలేదు ఇది కొంతవరకు న్యాయమే అయినను ఈ గ్రంథాలు ఆద్యంతం కల్పిత గాథలని కొట్టివేయ నక్కరలేదు. కాకతీయ యుగంలో పరిపాలనా విధానమునందు గణాంకపద్ధతి ప్రయోజనమును ఎరిగియుండిరని, దానిని వారు వాడియుండిరని ఈ గ్రంథాలవల్ల తెలుస్తూంది.

ఉదాహరణకు ఓరుగల్లునగరంలో ఏ యే కులాలవారు నివసించేవారో, వారి ఇండ్ల సంఖ్య ఎంతయో వ్రాసి ఉంచారు ఈ సంఖ్యలు ప్రత్యక్షర సత్యములైనను కాక పోయినను జనాభాపరిగణనమును ఆకాలపువారు ఎరిగియుండి రనుట తథ్యము

కులము లేక వృత్తి	ఇండ్ల సంఖ్య
బ్రాహ్మణులు	18000
మంత్రులు మొదలైనవారు	2000
యుద్ధనిపుణులైన క్షత్రియులు	2000
సమస్తవస్తు భరితమైన వైశ్య గృహములు	30000
వారిలో లక్షాధిపతులు, కోటీశ్వరులు	420
పద్మనాయకులు	77
ఇతరవర్ణములు	150000
విశ్వకర్మ కులంవారు	20000
గొల్లలు	8000
కాపులు	8000
ఈడుగులు	3000
శివబ్రాహ్మణులు	15000
కుమ్మరులు	5000
పద్మసాలీలు	9000
మేదరవాండ్రు	2000

ఇట్లే ముచ్చె, ఉప్పర, మేర (దర్జీలు) బెస్త, తెనుగు, బుక్కా, సుంకర, (పన్నులు వసూలు చేసేవారు) చాకలి, వేశ్య, బలిజ, గాజులవారు. పంచాణమువారు, గానుగలవాండ్రు, పెరికె కరణులు-పూటకూళ్ళు-ఈ మొదలైనవారి గృహసంఖ్యలు ఈయబడినవి. వృత్తి పన్నులు వేయుటకై ఈ విధముగా గణాంక సేకరణము అవశ్యకమై యుండును

అట్లే దేవాలయములు, వాటిలోని వివిధ ఉపకరణములు, విపణిశ్రేణులు చిల్లరబేరకాళ్ళు, వీటి వివరములు ఇవ్వనైనది సైన్యవ్యవస్థ, గజములు, అశ్వములు, ధానుష్కులు వీటి వివరములు కలవు ఆదాయవ్యయ సంఖ్యలును కన్పించుచున్నవి. ఆదాయము 44 కోట్లుగా చెప్పచు వ్యయమును గూర్చి ఇచ్చిన క్రింది పద్దులు

ఆసక్తిదాయకముగా ఉన్నవి దీనినిబట్టి కాకతీయ యుగమునందే ఇప్పటికాలపు ఆదాయవ్యయ అంచనా పద్ధతి తెలిసి యుండెనని చెప్పవచ్చును

ఖర్చు వివరములు

1	రాజాంతఃపురపు వ్యయము, నగరదీపములు, నానాదేశముల నుండి వచ్చు విద్యార్థుల విరాళములకు	36000000
2	నగర ముఖ్యరక్షక భటాధికారి, ఆయన సిబ్బంది జీతములు	8820000
3.	100 సత్రాలకు సత్రం 1 కి వెయ్యిచొప్పున	100, 000
4	ఒకలక్ష బ్రాహ్మణులకు	13000000
5	9 లక్షల ధానుష్కులకు	38000000
6	గజాశ్వబలములకు	25000000
7	ఏకశిలానగర దేవాలయాలకు	10000000
8.	రాజప్రాసాదములు నిర్మించు స్థపతులకు	10000000
9	అన్యప్రాంతము లందలి దేవాలయములకు	30000000

ఈ సంఖ్యలతో మనము ఏకీభవించినను లేకున్నను అంచనాల పద్ధతిని కాదనజాలము విద్యార్థుల గ్రాసవాసస్సులకు ధర్మప్రతిష్ఠాపనములలో వ్యవస్థ చేయుట బేతిరెడ్డి పెండ్లము ఎలకసానమ్మంగారి పిల్లలమఱ్ఱి శాసనములో కూడ కన్పించును కాకతీయ యుగసాంఘిక చరిత్రకు పూర్వ లేఖనములును, క్రీడాభిరామ గ్రంధమును చక్కగ ఉపకరించును వీటిల్లో ప్రతాప చరిత్ర వంటివి ఉన్నత వర్గజీవితవిశేషాలను, క్రీడాభిరామము సామాన్య ప్రజానీకపు జీవితమును చక్కగా ప్రతిబింబిస్తున్నాయి

మతము ఈ యుగమునందు శైవమునకు పట్టాభిషేకము వైష్ణవము లేక పోలేదు కాని విజయనగర యుగమునందున్నంత వైభవప్రాభవములు వైష్ణవమునకు కాకతీయ యుగమునలేవు రెండును వైదికధర్మము లగుటచే రాజుల యొక్కయు ప్రజలయొక్కయు మన్ననలను పొందినవియే ప్రమొగ్గుమాత్రము శైవము వంకకు రాజానుమతో ధర్మః అనునది కొంతవరకును నిజము. కాకతీయ ప్రభువులు శివభక్తి పరాయణు లగుటచే వారిని చూచి వారి సామంతులును, ప్రజ

లును శివభక్తి ప్రేరితు లగుటలో ఆశ్చర్యములేదు. ప్రాచీనములైన బౌద్ధమును జైనమును కూడ విరళవిరళముగా ప్రజాదరణమును బొందుతూనే ఉన్నాయి బౌద్ధము చాలవరకు నామావశిష్టమైనది జైనము మరికొంత చైతన్యవంతముగ ఉండినది శైవమునందును ప్రధానముగ రెండు భేదములు కన్పించును వైదికము అవైదికము అనునవి రుద్ర, శివనామములు వేదప్రోక్తములే అతి ప్రాచీనమైనవే, వేదప్రామాణ్యమును అంగీకరించుచు చాతుర్వర్ణ్య విధానమునకు కట్టుబడి శివమహత్త్వము నంగీకరించునది వైదికశైవము, దీనిని సాధారణ శైవ మన్నను తప్పులేదు ఏలన ఈవర్గమువారు విష్ణుమహత్త్వమును నిరాకరించరు విష్ణువును, విష్ణువు అవతారములను భక్తితో పరిగణిస్తారు అయితే వీరికి శివ పరాయణత్వము అత్యధికము కాకతీయులును వారి సామంతులును ఇట్టి వైదిక శైవమున కంకితమైనవారు సాధారణ శైవులు, శైవమునందలి మరియొకశాఖ వారిని ఆరాధ్య శైవులు అనవచ్చును వీరు శివపారమ్యమునే ఒప్పుకొందురు. విష్ణువు తత్తుల్య దైవముగా వీరంగీకరింపరు కాని వీరును వేదమహత్త్వమును వర్ణాశ్రమ వ్యవస్థను అంగీకరిస్తారు వీరిని విశేష శైవులనవచ్చును. తెలుగువారైన పండితత్రయము – శ్రీపతి పండితుడు, శివలెంక మంచన పండితుడు, మల్లికార్జున పండితారాధ్యుడు – ఈ ప్రస్థానమునకు చెందినవారు శివునికంటె పరదైవము లేదని వీరి సిద్ధాంతము 'భక్తిమీది వలపు, బ్రాహ్మ్యంబుతోపొత్తు, పాయలేను నేను బసవలింగ' అని మల్లికార్జున పండితారాధ్యుడు వచించె నందురు. కన్నడదేశములో శ్రీ బసవేశ్వర ప్రతిపాదితమైనదీ వీరశైవము. దీనిని అవైదిక మనవలెను వీరు వేదప్రామాణ్యము నంగీకరింపరు. చాతుర్వర్ణ వ్యవస్థను నిరసింతురు పండిత త్రయమును బసవేశ్వరుడును శివపారమ్యమునందు ఏకమతము కలవా రైను సాంఘిక వ్యవస్థయందు కొంచెము భేదిస్తారు

ఆంధ్రదేశంలో సాధారణశైవమే విస్తారంగా వర్ధిల్లింది శివుని పూజించడము, శివాలయాలు కట్టించడము, నందులు ప్రతిష్ఠించడము, మాహేశ్వరులను ఆరాధించడము వీరికి అత్యంతప్రీతి వైదికశైవమునందు కాలాముఖమనీ, పాశుపతమనీ రెండు ప్రధానశాఖలు. మొదట మొదట కాలాముఖ శాఖకు చెందిన ఆచార్యులే కాకతీయులకు గురువులు. మొదటి ప్రోలరాజు కాలాముఖ శైవాచార్యుడైన రామేశ్వర పండితుని శిష్యుడు ఈ పండితుడు లకులీశ్వరాగమమునందు విద్వాంసుడు వైజనపల్లి అనే గ్రామాన్ని శివపురమని పేరుపెట్టి ప్రోలరాజు

రామేశ్వర పండితునికి దక్షిణగా సమర్పించినట్లు గాజీపేట శాసనం ప్రకటిస్తోంది ఇదే శాసనం ప్రకారం ప్రోలరాజు కొడుకు రెండవ బేతరాజు శక 1012 (క్రీ శ 1090)లో పైన చెప్పబడిన రామేశ్వర పండితునకే అనుమకొండ నైరృతి దిక్కున ఒక పల్లెను సర్వమాన్యంగా సూర్యగ్రహణపుణ్యకాలంలో సమర్పించాడు ఈ కాలాముఖాచార్యుడు శ్రీపర్వతమల్లికార్జున శిలామఠము నకు చెందిన పర్వతావళీ శాఖవాడని ఉదాహరింపబడింది కాలాముఖ సంప్రదాయము ఆంధ్ర దేశంలో ఇంతకుముందునుంచే గౌరవాదరాలు పొందుతూ వస్తూంది రెండవ అమ్మ రాజు విజయాదిత్యుని (క్రీ శ 945-70) తాడికొండ శాసనంలో కాలాముఖ శైవము ప్రశంసింపబడింది తండ్రితాతలు శుద్ధశైవులైనా కాకతి రెండవ ప్రోలరాజు మరి కొంత సమదృష్టి కలవాడుగా కనబడతాడు. ఈయన కూడ శివభక్తుడే అయినా అన్యమతాల్ని నిరసించలేదు విక్రమశక 42 (క్రీ శ 1118) నాటి అనుమకొండ శాసనంలో రెండవ ప్రోలరాజు తన మంత్రియైన బేతన ప్రెగ్గడభార్య మైలాంబ స్థాపించిన కడలాలయబసదికి భూదానంచేశాడు బేతనమైలమలు జైనులు ప్రోలరాజు వీరి ధర్మప్రతిష్ఠాపనమునకు భూదానంచేశాడంటే ఆయనమత సహనము వ్యక్తీకరింపబడుతూంది

అనంత కాకతీయులందరూ పరమమాహేశ్వర బిరుదాంచితులే అయినను సాధారణశైవులు రుద్రదేవుని శివభక్తి సుప్రసిద్ధము అనుమకొండలో రుద్రేశ్వరాలయము (వేయిస్తంభాలగుడి) నిర్మించి దానిలో విష్ణువును, సూర్యభగవానుని కూడ స్థాపించి తన సమదృష్టిని ప్రకటించుకొన్నాడు. గణపతిదేవుని కాలంలో ఆంధ్రశైవము ఒకచిన్న మలుపుతీసుకుంది ఇంతవరకునూ కాలాముఖాచార్యులు రాజ గురువులుగా ఉండేవారు గణపతి దేవుని కాలంనుంచీ పాశుపతశాఖ చక్రవర్తుల, ప్రజల గౌరవాన్ని అందుకొన్నది. పశువు, పాశము, పతి అనే త్రిపుటిని ఆరాధించేవారు పాశుపతులు పశువు అనగా జీవుడు పాశము అనగా సంసారము దీనిని జయించడానికి ‘పతి’ అనగా పరమ శివుని కారుణికత్వము అవసరము పాశుపతాన్ని తెలుగు దేశంలోబాగా ప్రతిష్ఠించినవారు గోళకీ మఠాధిపతులు వీరి మొదటి కార్యస్థానముమధ్య ప్రదేశమునందలి డాహళమండలము కాలచుర్యులు చేదిపతులు అక్కడ వీరిభక్తులు అనుయాయులు వీరిని భిక్షావృత్తి మఠాధిపతులు అనుటయు కలదు ఈ యాచార్యులు గొప్ప వేద విద్వాంసులు నిష్ఠాపరులు బ్రహ్మచారి వ్రత సంపన్నులు వీరి నామముల చివర శంభు, శివ మొదలైన పదాలు చేర్చబడి

ఉంటాయి. కాకతి గణపతిదేవుని దీక్షాగురువు విశ్వేశ్వర శివాచార్యులు. చోళమాళ వాధిపులకును ఈయన గురువు విశ్వేశ్వర శంభువునకు గణపతిదేవుడు కృష్ణా తీరమందలి మందర (ఇప్పుడుమందడ) గ్రామాన్ని బహూకరించాడు రుద్రమదేవి తండ్రి యనుమతిమేరకు ఈ దానానికి శాసనరూపం ఇచ్చింది శక 1183 (క్రీ. శ 1261) నాటి మల్కాపుర శాసనంలో ఈ దానమునకు సంబంధించిన పెక్కు విశేషాలు కన్పిస్తాయి. విశ్వేశ్వరదేశికు డిచ్చట గోళకీమఠ స్థాపనచేసి పాశుపత శైవానికి గొప్ప ప్రచారము, దీప్తి కలిగించాడు వేదాది విద్యల అదీతిబోధాచర ణములకు ఏర్పాట్లుచేశాడు ప్రజోపయోగానికై అన్నసత్రాలు, చవివెందలు, ప్రసూతి ఆరోగ్యశాలలు స్థాపించాడు

గోళకీమఠ సంప్రదాయము ఆంధ్రశైవం మీద చాలా ప్రభావం కలిగించింది దీని అనుబంధ సంస్థలు దేశంలో నాలుగుమూలలా వెలిశాయి భట్టిప్రోలు, త్రిపు రాంతకము, శ్రీశైలము, పుష్పగిరి మున్నగు ప్రదేశాల్లో గోళకీమఠాలు వర్ధిల్లి నాయి ప్రతాపరుద్రుని రాజ్యాంతం వరకూ తెలుగుదేశంలో పాశుపతాచార్యులదే అభ్యర్హిత స్థానము పండితత్రయ సంప్రదాయమునే ఆరాధ్య సంప్రదాయమనీ లింగధారులనీ అంటారు వీరిది వైదిక శైవము ఈ యాచార్యులు గృహస్థాశ్రమ స్వీకారం చేశారు. మల్లికార్జున పండితారాధ్యుడు చందవోలు పరిపాలకుడు వెల నాటి చోళుని కాలమువాడు (క్రీ. శ. 1163-81) ఈ యాచార్యుడు వెలనాటి చోడుని ఆస్థానమును సందర్శించి యచ్చట బౌద్ధులను వాదములో గెలిచెనని చెప్పుదురు మల్లికార్జున పండితునకు బసవేశ్వరుని యందు సంపూర్ణ గౌరవము కలదు. కర్ణాటకమునందు వెలసిన వీరశైవము తెలుగుదేశములో అంతగా కాలూన లేదు తెలుగు కవులలో పాల్కురికి సోమనాథుడు పండిత సంప్రదాయమును, బసవమతమును కూడ ప్రచారము చేసినాడు. జైన బౌద్ధములు ఈ యుగంలో క్షీణదశలో నుండినవి వెలనాటి చోడుల బంధువులగు కొండపడుమటి రాజులు బౌద్ధాచార్యులను మన్నించి కొలిచిరి జైనులు క్రూరహింసలకు గురిచేయబడిరని కథలు వినవస్తాయి కాని వీటికి ఆధారం కనబడదు పాలకులైన రాజులు మత సామరస్యమును పాటించినట్లు శాసనాధారముకలదు. జైనవిద్వాంసులు ఓరుగల్లులో ప్రశాంతముగ జీవింప గలిగియుండిరి ప్రతాపరుద్రుని కాలంలో అప్పయాచార్యు డనే జినపండితుడు జినేంద్రకళ్యాణాభ్యుదయము లేక ప్రతిష్ఠాసారము అను జైన గ్రంథాన్ని ఓరుగల్లులో నివసించుచు వ్రాసెను. ఇతడు పుష్పసేనాచార్యుని

శిష్యుడు. జినేంద్ర కల్యాణము నీతడు శక 1241 (క్రీ శ 1319) లో వ్రాసి ముగించెను

వాఙ్మయము

కాకతీయ యుగంలో సంస్కృత వాఙ్మయం విస్తారంగా అభివృద్ధి పొందింది. పాలకులైన ప్రభువులు, వారి సామంతులు విద్యాపక్షపాతం కలవారై పండిత పోషణచేసి వాసికెక్కారు సంస్కృతకవిత్వం ఈ కాలంలో రెండుశాఖల్లో వర్ధిల్లింది. ఒకటి శాసన కవిత్వం. రాజులయొక్కయు ఆయా సామంత ప్రభువుల యొక్కయు వంశప్రశస్తిని ఉగ్గడించడం శాసనకవుల కృత్యము. వీరు వట్టి ప్రశస్తి రచయితలు మాత్రమేకారు మహావిద్వాంసులు శాసనకవుల్లో మొదట చెప్పదగినవాడు రుద్రమదేవుని అనుమకొండ శాసనకావ్య నిర్మాత అచింతేంద్రయోగి ఈయన రామేశ్వర దీక్షితుని కుమారుడు అద్వయామృత యతీంద్రుని శిష్యుడు అనుమకొండ శాసనంలోని సంస్కృత కవిత్వం ప్రౌఢమై సుందరమై చక్కని అలంకారాలలో ఒప్పుతుంది భారద్వాజ గోత్రీకుడును రేచియార్యుని కుమారుడును అగు నందికవి గణపవరశాసనం వ్రాశాడు రుద్రమదేవి కోటగిరి శాసనంలో వేదశాస్త్ర ప్రవీణులైన పెక్కురు విద్వాంసులు చెప్పబడ్డారు. వీరిలో ముగ్గురు ద్రావిడకవులట. ఇమ్మడి మల్లికార్జున నాయకుని పానుగల్లు శాసనం వ్రాసిన అనంతసూరి క్రీ శ. 1290 ప్రాంతమువాడు ఇతడు గోవింద భట్టోపాధ్యాయుని దౌహిత్రుడు ఇందర్ని మించి కీర్తినందినవాడు మయూరశర్మ కుమారుడు ఈశ్వరభట్టోపాధ్యాయుడు. ఈయన మల్యాల వంశంవారి ఆస్థాన విద్వాంసుడు. పాణినీయ వ్యాకరణ పారంగతుడు. ఇతడు బూదపుర శాసన కావ్యాన్ని వ్రాశాడు ఈయన బంధకవిత్వంలో కూడా అందెవేసినచేయి.

కావ్యకర్తలు శాసనకవులేకాక సంపూర్ణ కావ్యనిర్మాతలు పలువురు వినవస్తున్నారు వారిలో అగ్రగణ్యుడు అగస్త్యకవి. ఇతడే విద్యానాథుడని కొందరంటారు, అగస్త్యకవి సంస్కృతంలో బాలభారతాన్ని రచించాడు దీని కవిత్వం సరళమై ఇది విద్వదామోదాన్ని భాగా పొందింది దీనికి విజయనగర యుగపు వాడైన సాళువ తిమ్మరసు మనోహర వ్యాఖ్య కూర్చినాడు అగస్త్యుడు డెబ్బదికి మించి రచనలు చేసినాడట. కాని వానిలో అత్యధికభాగం నష్టమయాయి.

ఇతని మరొక కావ్యము నలకీర్తి కౌముది ఇతడు వచన రచనలోను దిట్ట కృష్ణ చరిత్రము ఈతని గద్యకావ్యము మధురా విజయ గ్రంధకర్త్రి గంగాదేవి అగస్త్య పండితుని ప్రతిభావంతురాలైన శిష్యురాలు ప్రతాపరుద్రుని ఆస్థాన విద్వాంసుల్లో శాకల్యమల్లు భట్టుగారు అభ్యర్హిత స్థానం కలవాడు ఈయన ఉదాత్త రాఘవము, నిరోష్ఠ్య రామాయణము రచించాడు ఉదాత్తరాఘవము అధికజనామోదము పొందినది దీనిమీద రెండు వ్యాఖ్యలు వెలువడినాయి ఈయన జ్యోతిష్యమునందు కూడ ప్రజ్ఞాధురీణుడని అఘటనఘటనా సామర్థ్యం కలవాడని సిద్ధేశ్వర చరిత్ర వర్ణిస్తూంది బంగారు వల్లకిలో రాజాస్థానమునకు రాగల గొప్ప స్థానము ఈయనది ఈ కాలంలోనే జైనకవి అప్పయార్యుడు జీవించి జినేంద్ర కళ్యాణాభ్యుదయం వ్రాశాడు

నాటక రచనలో కూడ తెలుగు విద్వాంసులు వాసిగాంచినారు గంగాధరుడనే పండితుడు మహాభారత కథను నాటకంగా రచించాడట ఇది యిప్పుడు లభించడంలేదు ఇతడు అగస్త్య పండితుని సోదరిని పెండ్లియాడినాడు ఈయనకు ప్రజ్ఞాశాలులు ఇద్దరు కుమారులు అందు విశ్వనాథుడు సౌగంధికాపహరణ నాటకం వ్రాశాడు నరసింహుడు కాదంబరీ కళ్యాణ నాటకం గ్రథించాడు నరసింహకవి దశవిధ రూపకాలకు ఉదాహరణ కాగలనాటకాలు వ్రాశాడట రావిపాటి త్రిపురాంతకకవి ప్రేమాభిరామం అనే వీథినాటకము కూర్చాడు దీనిలో ఓరుగల్లు ప్రజాజీవితము చక్కగా చిత్రింపబడింది దీని నాధారంగా చేసుకొనియే వినుకొండ వల్లభరాయడు తన క్రీడాభిరామ నాటక ప్రబంధాన్ని నిర్మించాడు

సంస్కృత సాహిత్యానికి అలంకారశాస్త్ర ప్రక్రియలో ఆంధ్రులుచేసిన సేవ మిక్కిలి గణనీయమైనది దీనిలో మున్ముందు చెప్పదగినవాడు విద్యానాథుడు ఈయన ప్రతాపరుద్ర యశోభూషణము అను ప్రామాణికమైన అలంకారశాస్త్ర గ్రంథాన్ని రచించాడు. ప్రతాపరుద్ర చక్రవర్తిని ఉదాహరణాల్లో నిబంధించాడు ఇందులో నాటక ప్రకరణము, ఉదాహరణనాటకముకూడ ఉండుటచే ఈగ్రంథ ప్రయోజనము సాహిత్యాధ్యేతలకు ద్విగుణీకృతమైనది తరువాతి ఆంధ్రాలంకారికు లందరికి విద్యానాథుడు ఒరవడియైనాడు వ్యాఖ్యానరచనకూడ ఆంధ్రవిద్వాంసుల ప్రత్యేక కళ శ్లోకవార్తికముమీద కొలని రుద్రదేవుడు 'రాజరుద్రీయ' వ్యాఖ్య రచించినాడు ప్రతాపరుద్రునివద్ద బ్రాహ్మణోద్యోగి అయిన గుండయభట్టు అను పండితుడు

శ్రీహర్షుని ఖండనఖండకావ్యంమీద వ్యాఖ్య నిర్మించాడు భాష్యగ్రంథాల్లో పాల్కురికి సోమనాథుని రుద్రభాష్యము, సోమనాథభాష్యము పేర్కొనదగినవి రుద్రభాష్య మిప్పుడు ఉపలభ్యంకావటంలేదు యజుర్వేదమందలి రుద్రాధ్యాయానికి ఇది వివరణ యని చెప్పుచున్నారు సోమనాథభాష్యము శివపారమ్యమును స్థాపిస్తూ వేద, ఉపనిషత్, స్మృతి, పురాణ, ఆగమ వాఙ్మయములను విస్తారంగా ఉద్ధరిస్తూ నిర్మింపబడిన జటిలవాద గ్రంథము దీనిలో హరదత్తాచార్యుని చతుర్వేద సార సంగ్రహమునుండి గ్రంథభాగాలు ఎడనెడవస్తూ ఉంటాయి మొత్తంమీద పాల్కురికి సోముని అపారవైదుష్యానికి ఇది తార్కాణము. లలితకళలకు సంబంధించిన శాస్త్ర గ్రంథాల్లో గజసాహిణి జాయప సేనాని రచించిన నృత్తరత్నావళి అభినయశాస్త్రంలో అగ్రగణ్యమైన రచనగా పరిగణింపబడుతూంది దీనిలో జాయపుడు మార్గదేశి నృత్తవిధానాలు రెండింటిని సాధికారంగా చర్చించాడు అభినవగుప్త, కీర్తిధరుల ననుసరించి మార్గనృత్యమును మతంగపద్ధతిని దేశినృత్యమును ఈతడు ప్రపం చించెను.

తెలుగు వాఙ్మయము

రాజరాజనరేంద్రుని కాలంలో సముద్గమించిన ఆంధ్రవాఙ్మయలత కాక తీయయుగంలో విస్తారంగా పల్లవకుసుమాభి శోభితమై విరాజిల్లింది కాకతీయ ప్రభువులు ఎవరూ స్వయంగా తెలుగు వాఙ్మయానికి దోహదంచేసినట్లు కనబడదు వారు సంస్కృతకవులను ఆదరించుటకు విద్యానాథుడు సాక్ష్యము. కాకతీయుల క్రింది స్వతంత్రా స్వతంత్ర ప్రభువులు, సామంతులు, మహోద్యోగులు తెలుగు కవులను చేరదీసి కృతులు చెప్పించుకొని చిరకీర్తిని గడించారు ఆంధ్రవాఙ్మయ శాఖల్లో చెప్పకోదగినవన్నీ ఈ యుగంలో కుసుమించి సౌరభాలు వెదచల్లాయి. వీటిల్లో ముమ్మందుగా మహాభారతాన్ని స్మరిద్దాము తెలుగుకవిత్వంపేరు ఎత్తగానే మనకు స్ఫురించేది మహాభారతము తరువాత రామాయణము సంస్కృతంలో ముందు రామాయణంచెప్పి తరువాత భారతాన్ని చెప్పాలి సాహిత్యగౌరవంచేతనూ, కాలానుపూర్వతచేతనూ తెలుగులో దీనికి భిన్నంగా చెప్పకోవాలి నన్నయభట్టార కుడు ఆరంభించిన మహాభారత ఆంధ్రీకరణోద్యమాన్ని తిక్కన సోమయాజి ఉజ్జ్వల ప్రతిభతో పారము నొందించాడు ఇతడు విరాటపర్వం మొదలుకొని

స్వర్గారోహణపర్వందాకా కల పదిహేనుపర్వాల విస్తృతగ్రంథాన్ని ఏకదీక్షగా నిర్వహించి కవి బ్రహ్మ అను పొగడ్తకు అర్హుడయ్యాడు ఈయన భావనాబలము, వచస్సామర్థ్యము నాన్యతోదృశ్యములు సంస్కృతాంధ్రములను సమప్రజ్ఞతో వ్రాయగలిగినవాడయ్యీ ప్రజానీకానికి సులభంగా అందుబాటులో ఉండవలెనను ప్రశస్త సంకల్పంతో తన కవిత్వంలో తెలుగుపాలు ఎక్కువగా చొప్పించి పరణీయు డయాడు. ఈ మహాగ్రంథాన్ని ఈయన హరిహరనాథదేవునకు అంకితమిచ్చాడు దీని మూలంగా తన యుగంలో చెలరేగుతూన్న శైవవైష్ణవ భేదాలను కొంతగా ఉపశమింపజేసి ఆంధ్రులను సహనశీలురుగను అద్వైతప్రియులుగనుదిద్ది జాతీయ ప్రయోజనం సాధించాడు. తిక్కన సోమయాజి విక్రమసింహ పురపాలకుడైన రెండవ మనుమసిద్ధి మంత్రివర్యుడని ఇదివరలో చెప్పనైనది

మహాభారతం తరువాత తెలుగులో పేర్కొనదగిన ఉద్గ్రంథము రామాయణము తెలుగు రామాయణము పలుత్రోవల వెలసినది. మొదటమొదట తిక్కన రచించిన 'నిర్వచనోత్తర రామాయణము'ను స్మరించాలి వాల్మీకి రామాయణము ఉత్తరకాండకథ దీనిలో ఇతివృత్తము దీనిని తిక్కనామాత్యుడు తన యేలికయైన మనుమసిద్ధికి కృతిగా రచించాడు. రామాయణము పూర్వభాగాన్నంతనూ విడిచి ఈయన ఉత్తరరామాయణం ఎందుకు ఎత్తుకొన్నాడు అని ప్రశ్నించుకొని విమర్శకులు ఇట్లా సమాధాన మిస్తుంటారు తిక్కనతాత మంత్రి భాస్కరుడు సమర్థుడైన కవి ఆతడు పూర్వరామాయణాన్ని రచింపగా మనుమడు ఉత్తరరామాయణ రచనకు ఉద్యుక్తుడయాడని వీరివాదము అదియే భాస్కరరామాయణ రచనకు మూలమైనదని వీరి భావము. యుక్తివాదము వరకు ఇది బాగుగనే యున్నను దీనికి నిరాక్షేపణీయమైన ప్రమాణము లభించలేదు. నిర్వచనోత్తర రామాయణము తిక్కనగారి తొలికృతియగుటచే దానియందాకవి తన శిల్పనైపుణ్యాన్ని ఎక్కువగా ప్రదర్శించాలను కున్నాడు ఎన్నో కవితా నియమాలు గ్రంథాదిలో పేర్కొని వాని కనుగుణంగా వ్రాయాలని యత్నించాడు ఈ కావ్యశైలి రమ్యంగానే ఉన్నప్పటికీ కొంత ప్రౌఢంగా ఉంది మహాభారతరచనా సందర్భమున తిక్కన సోమయాజి మనస్సు నాపరించిన ప్రజాభ్యుదయదృష్టి ఈ తొలికావ్యంలో ఇంకా ఆవిష్కృతం కాలేదు.

దీని వెన్వెంటనే మనము భాస్కరరామాయణమని ప్రసిద్ధిచెందిన గ్రంథాన్ని ఎత్తుకోవాలి. మంత్రి - భాస్కరుడు దీని - మూలభిత్తిక నిర్మించాడనే జనశ్రుతి

ఉన్నా భాస్కర రామాయణంలో దీని సూచన లేమీలేవు ఇది బహుకవి ప్రజ్ఞా విలసితము దీనికి కేంద్రభూతుడు హుళక్కి భాస్కరుడను కవి అని అంటారు ఇతడు తన పుత్ర, శిష్యులకు గ్రంథరచనలో అవకాశం కలిగించి తాను కొంత వ్రాశాడని తోస్తుంది ఇతని కుమారుడు మల్లికార్జునభట్టు బాల, కిష్కింధ, సుందరకాండలు వ్రాయగా, ఈయన శిష్యుడు కుమారరుద్రకవి అయోధ్యా కాండను వ్రాశాడు భాస్కరుడు స్వయంగా అరణ్య యుద్ధకాండలు చేపట్టాడు యుద్ధకాండను ఈతడు పూర్తిచేయలేక పోయాడు అట్లు శేషించిన గ్రంథాన్ని అయ్యలార్యుడనే కవి కొంతకాలం తరువాత పూరించాడు ఈవిధంగా బహు కర్తృకం అవడంచేత భాస్కర రామాయణ శైలి భిన్నరీతుల్లో నడుస్తుంది భాస్కరుడు నిస్సందేహంగా మహాకవి ఈయన భావనాశక్తి, రచనాప్రాగల్భ్యము కవిత్రయం వారికి దగ్గరగా వస్తాయి అరణ్యకాండ సాహిణి మారయ్యకు అంకితమవడంచేత ఈగ్రంథ ప్రాతిపదిక ప్రతాపరుద్రుని కాలంలోనే రూపుదాల్చిన దనుట తథ్యము ఈకాలంలోనో దీనికి సన్నిహిత పూర్వకాలంలోనో వెలసింద రంగనాథ రామాయణము ఇది ద్విపద చ్ఛందస్సులో వెలువడడం దీని ఒక ప్రత్యేకత రంగనాథుడనే కవి దీనిని వ్రాశాడని పూర్వజనశ్రుతి ఉన్నా గ్రంథంలో మాత్రము గోనబుద్ధారెడ్డి నామధేయమే కనబడుతుంది అందుచేత ఇది బుద్ధారెడ్డి రచనగా నిర్ణయింపబడింది గోనవంశ ప్రశంస క్రీ శ 1294 నాటి రాయచూరు శాసనంలో కనబడుతూంది బుద్ధారెడ్డి కూడా ఈకాలానికే చెందిన వాడవుతాడు ద్విపదఛందస్సు ప్రాచీనమైనది గుణగ విజయాదిత్యుని (క్రీ శ 848—92) అద్దంకి శాసనంలో తరువోజ ఛందస్సు ప్రత్యక్షమవుతుంది రెండు ద్విపదపాదాలు కలిసి తరువోజ ఒక పాదమవుతాయి ఈ ఛందంలో ఇదివరలో మహాగ్రంథ రచన జరుగలేదు పాల్కురికి సోమనాథుడు, గోనబుద్ధారెడ్డి వీరిద్దరూ విస్తృత సాహిత్య ప్రయోజనానికై ఈ ప్రాచీనచ్ఛందమును ఆదరించి అనంతర కాలికులకు మార్గదర్శులయారు సోమన మహావేశంకల కవీంద్రుడు బుద్ధారెడ్డి రస ప్రవణచిత్తుడైన సాత్త్వికుడు అందుచేత రంగనాథ రామాయణము యుగయుగాలుగా జనామోదం పొందుతూంది

విజయనగరయుగంలో ప్రబంధమనే పేరుతో పరిఢవిల్లిన సాహిత్య ప్రక్రియకుకూడా కాకతీయయుగంలోనే బీజారోపణ జరిగింది ఇప్పుడు దీనిని కావ్యమంటారు సముచితకథా ప్రస్తారంకలిగి రస ప్రధానముగా వర్ణనబహుళంగా

సాగిన ప్రక్రియ కావ్యము దీనికి మొదటిరూపకల్పనచేసిన ప్రతిభాశాలి నన్నెచోడ కవిరాజు ఈయన రచించిన కుమార సంభవము స్వతంత్ర గమనముకలదై, కొంత కాళిదాస, ఉద్భటుల ఛాయలుకలిగి నన్నెచోడుని ప్రతిభకు తార్కాణంగా ఉంది దీనిలో ప్రాచీనభాషా సౌరభమువీచుతూ ఉంటుంది నన్నెచోడుడు దీనిని జాను తెనుగు అని వ్యవహరించాడు ఈయన కాలము వివాదాస్పదముగా ఉన్నది మొత్తము మీద ఈ మహాకవి నన్నయ తిక్కనల నడిమి కాలమున ఉండి యుండునని విమర్శకులు భావిస్తున్నారు పురాణ రచనా ప్రక్రియకూడ తెలుగు వాఙ్మయంలో ఈ యుగంలోనే ఆవిర్భవించింది సంస్కృత పురాణాలను సంగ్రహించి కాని ఇష్టమైన భాగాలను స్వీకరించి కాని, కేవలానువాదము కాకుండా ఆంధ్ర మహాభారత ఫక్కీలో తెలుగులో వ్రాయడం ఈ క్రియాలక్ష్యము తెలుగు పురాణ రచనకు బాటవేసినవాడు తిక్కన సోమయాజి శిష్యుడు మారనకవీశ్వరుడు ఇతడు మార్కండేయ పురాణం తెనిగించి ప్రతాపరుద్రుని కటక పాలకుడైన నాగయ గన్నసిరి అంకిత మిచ్చాడు ఈ మార్కండేయ పురాణము చక్కని కథలకు గనివంటిది మనుచరిత్రవంటి ప్రబంధానికి కథాభిక్ష పెట్టినది మార్కండేయ పురాణము మారన కవి కథానుకూలమైన నరసరచనాధురీణుడు ఈ యుగంలోనే కథావాఙ్మయం అవతరించడం విశేషము సంస్కృతంలో దండి మహాకవి రచించిన గద్య దశ కుమార చరిత్రను మూలఘటిక కేతనకవి తెలుగులో పద్య గద్య రూపంలో సంతరించాడు దీనిని కొట్టరువు తిక్కనామాత్యునకు అంకిత మిచ్చి, ఉభయ కవి మిత్రుని మెప్పు పొందిన అసాధారణ ధీశాలి కేతనకవి తెలుగులో శాస్త్ర కవిత్వానికి బీజములు చల్లాడు కవి జనాశ్రయచ్ఛందోకారుడు కేతన ఈ బాటను విస్తృతంచేసి ఆంధ్ర భాషా భూషణమను చిన్న శబ్దశాస్త్ర గ్రంథాన్ని, విజ్ఞానేశ్వరీయమనే ధర్మశాస్త్ర గ్రంథాన్ని తెలుగు భాషకు సమర్పించాడు యాజ్ఞవల్క్య స్మృతికి విజ్ఞానేశ్వరుడు వ్యాఖ్య రచించాడు ఇతడు పశ్చిమ చాళుక్యుడు ఆరవ విక్రమాదిత్యుని ఆస్థాన ధర్మాధికారి విజ్ఞానేశ్వరీయంలోని వ్యవహారకాండను కేతన కవి తేట తెలుగులో అనువదించాడు కాకతీయ యుగంలో రాజనీతి ప్రతిపాదక గ్రంథాలు కూడా తెలుగులో వెలిశాయి బద్దెన కవి నీతిశాస్త్ర ముక్తావళి, సుమతీశతకము, శివదేవయ్యగారి పురుషార్థసారము ఈ కోవకు చెందిన గ్రంథాలు ఈ యుగంలో వెలిసిన రాజనీతి గ్రంథాలు ఇంకా ఉన్నాయి కాని అవి నష్టమయినాయి ఇటువంటి వాటిల్లో చెప్పదగినవి కామంద

తము, ముద్రామాత్యము, నీతి భూషణము అనునవి. ఇవి నేడదృశ్యములైననూ వీటినుంచి సేకరించబడిన ఉద్ధారములు మడికి సింగన కవి సకల నీతి సమ్మతము అను సంకలన గ్రంథంలో లభిస్తున్నాయి

ఇది భక్తిప్రధానమైన యుగము ప్రాచీన శైవవైష్ణవములు తమిళదేశంలో భక్తుల మూలంగా నూతన పరిణామానికి లోనయాయి క్రియాకాండ కన్న, జ్ఞానముకన్న కూడ భక్తికి శరణాగతికి ఉన్నత స్థానం ఈయబడింది భగవంతుని కన్న భక్తులే అధికపూజనీయులు అనే భావం ప్రబలింది సాహిత్యంలో భక్తిని ప్రకటించడానికి స్తుతికావ్యములు, శతకములు ఉదాహరణములు, విన్నపములు సాధనాలుగా ఉపకరించినాయి తెలుగులో శతక ప్రక్రియ కాకతీయ యుగంలోనే ప్రస్ఫుటమయింది మల్లికార్జున పండితారాధ్యుడు వచించిన శివతత్త్వసారమే తెలుగు శతక వాఙ్మయానికి ఓంకారము. దీనిలో 479 కందపద్యాలున్నవి అయినప్పటికీ శివస్తుతి పరమై, మకుట నియమం కలిగి ఉండడంచేత దీనిని శతకంగానే పరిగణిస్తున్నారు శివునియొక్కయు శివభక్తుల యొక్కయు లీలలను మహత్వ చర్యలను మల్లికార్జున పండితుడు శివతత్త్వ సారంలో వర్ణించాడు పరమ శైవుడగుటచే అన్యమత నిరసనమును కొంతకలదు మరియొక శివకవి యథావాక్కుల అన్నమయ్య (క్రీ శ 1242). ఈయన సర్వేశ్వర శతకము చక్కని శైలికల్గి శివభక్తి ప్రతిపాదకమై యున్నది. ఇందలి భావములు ఉదాత్తములై ఈశతకము ఉత్తమ సాహిత్య శ్రేణిని అందుకొన జాలియున్నది పాల్కురికి సోమనాథుని వృషాధిప శతకము, చెన్నమల్లు సీసములు గాఢ శివ భక్తికి నిదానములు వృషాధిప శతకము బసవేశ్వర సంబోధనముతో ఒప్పుచున్నది. కవి దీనియందు తన బహుభాషా కోవిదత్వమును ప్రకటించుచు ఒక్కొక్క పద్యము చెప్పియున్నాడు చెన్నమల్లు సీసములందు శైవవేదాంతమును కవి విస్తరించినాడు ఉదాహరణమనునది మరియొక స్తుతి ప్రక్రియ ఇందులో విభక్తికి ఒం పద్యము, కళికోత్కళికలు, సార్వవిభక్తిక పద్యము ఉంటాయి భక్తి ప్రకటనకు ఇది మంచి వాహిక తెలుగు ఉదాహరణ కావ్యాల్లో మొదట చెప్పదగినది రావిపాటి త్రిపురాంతకుని 'త్రిపురాంతకోదాహరణము' దీని తరువాత పేర్కొనవలసినది పాల్కురికి సోమనాథుని బసవోదాహరణము పద్యగంధియైన వచనం కూడా భక్తిప్రకటనకు మంచి సాధనము కాగలదని నిరూపించినవాడు కృష్ణమాచార్యులను భక్తుడు. ఈయన ప్రతాపరుద్రుని కాలమునం

దుండినట్లు సిద్ధేశ్వర చరిత్రవలన తెలియవస్తూంది. కృష్ణమాచార్యుడు సింహగిరి వచనములు అనే గద్యస్తుతి కావ్యం కూర్చాడు అనంతర కాలంలో తాళ్ళపాక కవులు సంతరించిన స్తుతికావ్యాలకు కృష్ణమాచార్యుని రచన వరవడియైనది

శివకవులు . కాకతీయ యుగము శివకవులకు ప్రసిద్ధి వహించింది. వీరిలో నన్నెచోడ, మల్లికార్జున పండిత, యధా వాక్కుల అన్నమయ్యగార్లను గూర్చి ముచ్చటించి యున్నాము శివకవి మూర్ధన్యుడైన పాల్కురికి సోమనాథునిగూర్చి ప్రసంగించవలసి యున్నది కడపడ ఎత్తుకొన్ననూ సోమనాథుడు పిమ్మటివాడు కాడు ఈతడు రుద్రదేవుని కాలము వాడని గట్టిగా విశ్వసించువారును కలరు ప్రతాపరుద్రుని కాలమువాడని సామాన్యముగా చారిత్రకులు తలచుచున్నారు తెలుగులో ద్విపదను చేపట్టి మహాగ్రంధరచన చేసిన కీర్తి సోమనాథునకు దక్కినది రంగనాథ రామాయణ కర్తకూడ ద్విపదలోనే వ్రాసినను అచందస్సును గూర్చి గొప్ప ప్రచారముచేసి తీవ్రముగా వాదించి దానికొక అభ్యర్హిత స్థానమును కల్పించినది పాల్కురికి కవియే అట్లే జానుతెనుగును కూడ ఆగ్రహముతో సమర్థించిన వాడు ఈతడే బసవపురాణము, పండితారాధ్య చరిత్రము ఈయన ప్రధానగ్రంధములు. బసవేశ్వరుని, బసవభక్తులను, ఇతర శివభక్తులను ఉదాత్త కావ్యవస్తువుగా స్వీకరించి అద్భుత కవితా పాటవముతో, భాషాజవముతో చిత్రించిన పాల్కురికి సోమనాథుడు అసాధారణ వ్యక్తి యనుట నిక్కువము మతావేశముచే ఈతడు పరులను తెగడుట ఉన్నను భావౌన్నత్యము చేతను, భక్తిపారవశ్యము చేతను అద్వితీయుడని చెప్పదగును,

వాస్తువు

కాకతీయ యుగము వారు అమితముగా వాస్తుప్రీతికల వారని ఆకాలమున నిర్మింపబడిన అసంఖ్యాక దేవాలయముల వలన విదిత మవుతూంది. ఈ నిర్మాణములు విస్తారంగా తెలంగాణంలో కనబడుతున్నాయి. ఒక ప్రదేశము యొక్క వాస్తుస్వరూపాన్ని నిర్ణయించేటప్పుడు అక్కడి స్థపతులకు లభించే నిర్మాణ సాధనాలు, అప్పటి ప్రభువుల లేక ప్రజల అభిరుచులుపరిగణించాలి. ఈయుగంలో మహాశిల్ప పద్ధతి వెనుక పట్టింది. తెలంగాణం చిన్న పెద్ద గుట్టలతోను కొండల